ഗന്ധരാജന്റെ ഇലകൾ

gandharajante ilakal
stories
•
s r c nair
•
first edition
july 2017
•
typesetting & published
chintha publishers, thiruvananthapuram
•

•
cover
amarnath praful
•

വിതരണം

ദേശാഭിമാനി ബുക്ക് ഹൗസ്
H O തിരുവനന്തപുരം-695 035
Ph: 0471-2303026, 6063020
www.chinthapublishers.com
chinthapublishers@gmail.com

ബ്രാഞ്ചുകൾ

ഹെഡ്ഡാഫീസ് ബ്രാഞ്ച് കുന്നുകുഴി • സ്റ്റാച്യു തിരുവനന്തപുരം • കെ എസ് ആർ ടി സി ബസ് സ്റ്റേഷൻ ആലപ്പുഴ • കെ എസ് ആർ ടി സി ബസ് സ്റ്റേഷൻ എറണാകുളം • മച്ചിങ്ങൽ ലെയ്ൻ തൃശൂർ • ഐ ജി റോഡ് കോഴിക്കോട് • മാവൂർ റോഡ് കോഴിക്കോട് • എൻ ജി ഒ യൂണിയൻ ബിൽഡിങ് കണ്ണൂർ • സെൻട്രൽ ബസ് ടെർമിനൽ കോംപ്ലക്സ് താവക്കര കണ്ണൂർ

CO - 2506 / 4344
ISBN - 978-93-86364-75-3

ഗന്ധരാജന്റെ ഇലകൾ
(കഥകൾ)

എസ് ആർ സി നായർ

ചിന്ത പബ്ലിഷേഴ്സ്
തിരുവനന്തപുരം-695 035
വില : ₹ 90

എസ് ആർ സി നായർ

പത്തനംതിട്ട ജില്ലയിൽ അടൂരിനടുത്ത് ഏഴംകുളത്ത് ജനനം. പന്തളം എൻ എസ് എസ് കോളേജിലും കോട്ടയം സി എം എസ് കോളേജിലും (ഈവനിങ് ക്ലാസ്) പഠിച്ചു. *മാതൃഭൂമി* വിഷുപ്പതിപ്പ്, സമസ്ത കേരള സാഹിത്യപരിഷത്ത്, കോൺഫെഡറേഷൻ ഓഫ് തമിഴ്നാട് മലയാളി അസോസിയേഷൻ, ചൂളൈമേട് (തമിഴ്നാട്) മലയാളി അസോസിയേഷൻ, കൊച്ചി പ്രിയദർശിനി കൾച്ചറൽ ഫോറം എന്നീ സംഘടനകളുടെ കവിതാ മത്സരത്തിൽ സമ്മാനം കിട്ടിയിട്ടുണ്ട്. *മാതൃഭൂമി* ആഴ്ചപ്പതിപ്പിൽ പ്രസിദ്ധീകരിച്ച *ശാർങ്ഗക്കാവിലെ കുരങ്ങന്മാർ* ആദ്യ കഥ. *പുകയില്ലാത്ത അടുപ്പുകൾ* (കഥകൾ), *വാളമ്പും വില്ലും* (നോവൽ) എന്നിവ പ്രസിദ്ധീകരിച്ച കൃതികളാണ്. ബി എസ് എൻ എൽ ഡിപ്പാർട്ടുമെന്റിൽ സബ് ഡിവിഷണൽ എഞ്ചിനീയറായിരുന്നു.

ഭാര്യ	:	രാധ
മക്കൾ	:	ശ്രീഹരി, ശ്രീലക്ഷ്മി
വിലാസം	:	അമ്പഴവേലിൽ വീട് ഏഴംകുളം സ്കൂളിനുസമീപം, പറക്കോട് പി ഒ, പത്തനംതിട്ട ജില്ല - 691554
ഫോൺ	:	8943038400

ഉള്ളടക്കം

പ്രസാധകക്കുറിപ്പ്

മലയാള ചെറുകഥാ ലോകത്ത് ഏറെ ശ്രദ്ധിക്കപ്പെട്ടിരുന്ന കഥാകൃത്തായിരുന്നു എസ് ആർ സി നായർ. ഏറെക്കാലത്തെ മൗനവാല്മീകം ഭേദിച്ച് ഇതാ എസ് ആർ സി നായർ തിരിച്ചെത്തിയിരിക്കുന്നു.

ഒരുകാലത്ത് അശോകൻ ചരുവിലിനെപ്പോലുള്ളവർ ആദരവോടെ കണ്ടിരുന്ന അദ്ദേഹത്തിന്റെ ഏറ്റവും പുതിയ കഥകളാണ് *ഗന്ധരാജന്റെ ഇലകൾ.* നർമ്മം കൈവിടാതെ വികാരസാന്ദ്രമായി കഥകൾ എഴുതുന്ന ശ്രീ. എസ് ആർ സി നായരുടെ കഥകൾ കഥയുടെ നേർവരകൾ മുറിച്ചു കടക്കുന്നവയാണ്. എപ്പോഴും നവമായി നില്ക്കുന്ന ഒരു ജീവിത വീക്ഷണം വച്ചു പുലർത്തുന്നതിനാലാവാം ഈ കഥകളിൽ ജീവൻ തുടിച്ചുനില്ക്കുന്നത്. *ഗന്ധരാജന്റെ ഇലകൾ, മന്ദാരപ്പൂവ്* തുടങ്ങിയ കഥകൾ ഉത്തമ കഥകളുടെ ഉദാഹരണമാണ്.

ചിന്ത പബ്ലിഷേഴ്സ്

ജീവിതം നെയ്യുന്ന കഥകൾ

ഫ്രാൻസിൽ ആരും ചെറുകഥകൾ എഴുതുന്നില്ല എന്നൊരു ലേഖനം കഴിഞ്ഞ വർഷത്തെ *മാതൃഭൂമി* ഓണപ്പതിപ്പിൽ വായിക്കാനിടയായി. അത് ഏതോ ഒരുവായനക്കാരന്റെ വ്യക്തിപരമായ അഭിപ്രായമായിരുന്നു. പണ്ടുമുതലേ കഥകൾ പറഞ്ഞും കേട്ടും ശീലിച്ചവരാണ് നമ്മൾ മലയാളികൾ. രൂപവും ഭാവവും മാറിയെങ്കിലും ഇന്നും സജീവമായ സാഹിത്യരൂപമാണ് ചെറുകഥ. മലയാളത്തിലെ പ്രസിദ്ധരായ മിക്കവാറും എല്ലാ നോവലിസ്റ്റുകളും അവരുടെ കഴിവ് പൂർണ്ണമായി തെളിയിച്ചത് ചെറുകഥകളിലാണ്. പുതിയ കാലത്തിന്റെ കഥകൾ ശുദ്ധകണ്ണാടി കാന്തി ചിതറുന്ന അരുവിപോലെ മനോഹരമായി ഒഴുകി നീങ്ങുന്നു. ആഖ്യാനത്തിന്റെ കാര്യത്തിലും ആശയ സ്വീകരണത്തിന്റെ കാര്യത്തിലും പഴയ കഥകളിൽനിന്നും തുലോം വ്യത്യസ്തമാണ് പുതിയ കഥകൾ. ഇന്ത്യൻ ഭാഷകളിലൊന്നുംതന്നെ ചെറുകഥ എന്ന സാഹിത്യരൂപത്തിന് വാട്ടം തട്ടിയിട്ടുണ്ടെന്ന് സ്ഥാപിക്കാൻ ആർക്കെങ്കിലും കഴിയുമെന്നും തോന്നുന്നില്ല. ഇന്നിന്റെ ദുരന്തത്തിലേക്കും സത്യത്തിലേക്കും കടന്നു കയറി നിരന്തരം കലമ്പലുണ്ടാക്കുന്ന കഥകളാണ് ഇപ്പോൾ എഴുതപ്പെടുന്നത്. ആധുനികതയുടെ ആടയാഭരണങ്ങളെല്ലാം അഴിച്ചുമാറ്റി, ജീവിതത്തിന്റെ ദുഃഖവും വേദനയും ഇഴകളാക്കി നെയ്യുന്ന കഥകളുടെ ഭംഗി അനശ്വരമാണ്.

എഴുതിത്തുടങ്ങിയത് കവിതകളാണെങ്കിലും കവിതയ്ക്ക് ഏറെ സമ്മാനങ്ങൾ കിട്ടിയെങ്കിലും തുടർന്ന് കവിത എഴുതാൻ കഴിയാതെവന്നപ്പോഴാണ് കഥയിലേക്ക് തിരിഞ്ഞത്. എന്റെ ആദ്യകഥയായ 'ശാർങ്ങക്കാവിലെ കുരങ്ങന്മാർ' അന്നത്തെ *മാതൃഭൂമി* ആഴ്ചപ്പതിപ്പിന്റെ പത്രാധിപരായിരുന്ന എം ടിയുടെ പേരിലാണ് അയച്ചത്. നാലു ദിവസത്തിനുള്ളിൽ

കഥ പ്രസിദ്ധീകരിക്കുന്നതായി അറിയിച്ചുകൊണ്ടുള്ള സ്വന്തം കൈപ്പടയിലെഴുതിയ കത്ത് കിട്ടിയപ്പോൾ സന്തോഷംമൂലം ശ്വാസം മുട്ടുകയും വെടിയേറ്റ ഒരു പക്ഷിയെപ്പോലെ പക്ഷങ്ങൾ തളർന്ന് ഏഴംകുളം ദേവീ ക്ഷേത്രത്തിലേക്ക് പറന്ന് ഞാവൽ മരത്തണലിൽ തളർന്നു വീഴുകയും ചെയ്തു. കഥയിലെ ഒരു വാചകം വെട്ടിക്കളയുന്നതായും അനാവശ്യ പ്രയോഗങ്ങൾ ഒഴിവാക്കണമെന്നുമുള്ള ഉപദേശവും കത്തിലുണ്ടായിരുന്നു. അന്ന് ഞാൻ ആരും കാണാതെ ക്ഷേത്രത്തിന് മുന്നിലിരുന്ന് നിശ്ശബ്ദം കരഞ്ഞു. സന്താപം വരുമ്പോഴും സന്തോഷം തോന്നുമ്പോഴും ക്ഷേത്രമുറ്റത്തെ ഏകാന്തതയാണ് എന്റെ ആശ്രയം.

എന്റെ കഥകൾ ഗംഭീരമെന്നോ തരംതാണതെന്നോ എനിക്ക് അഭിപ്രായമില്ല. ഒരു സാധാരണ എഴുത്തുകാരൻമാത്രം. ആരെയും അനുകരിച്ചിട്ടില്ല. കഥ ലാളിത്യമുള്ളതായിരിക്കണം. ഭാഷ ഒരിക്കലും ദുർഗ്രഹമാകരുത്. വായനക്കാരെ കൂടെക്കൊണ്ടു പോകാൻ കഴിയണം. എന്റെ ഓരോ കഥയിലും ചിലപ്പോൾ ഒളിഞ്ഞും മറ്റു ചിലപ്പോൾ തെളിഞ്ഞും നർമ്മം കാണാം. എഴുതുമ്പോൾ അറിയാതെ സംഭവിച്ചു പോകുന്നതാണ്. ചിരി മറന്ന പുതിയ മനുഷ്യൻ ഒന്നുപുഞ്ചിരിച്ചു കാണുന്നത് ഒരു സുഖമല്ലേ? ആശയം ദുർഗ്രഹമാവുന്നതുകൊണ്ട് കുഴപ്പമില്ല. പക്ഷേ, ഭാഷ ലാളിത്യമുള്ളതായിരിക്കണം.

ഈ സമാഹാരത്തിലെ കഥകളെക്കുറിച്ച് ചെറുതായെങ്കിലും നല്ലൊരു ആസ്വാദനക്കുറിപ്പ് എഴുതിത്തന്ന കഥാകൃത്തും സ്നേഹസമ്പന്നനുമായ അശോകൻ ചരുവിലിനും എല്ലാറ്റിനും കാരണക്കാരനായ എന്റെ നാട്ടുകാരനും സുഹൃത്തുമായ ബാബുജോണിനും നന്ദി പറയാതിരിക്കുന്നത് ക്ഷമിക്കാൻ പറ്റാത്ത തെറ്റായിരിക്കുമെന്ന് ഞാൻ വിശ്വസിക്കുന്നു.

എഴുത്ത് തീവ്രമായ ഒരു അനുഭൂതിയാണ്. ഒരു കഥ എഴുതിക്കഴിയുമ്പോൾ ഉള്ളിലെ കാറ്റടങ്ങി ശാന്തത കൈവരുമെങ്കിലും അത് പുസ്തകമാവുമ്പോഴാണ് സന്തോഷം പൂർണ്ണതയിലെത്തുന്നത്. ഈ കഥാസമാഹാരം പുറത്തിറക്കാൻ സഹായിച്ച ചിന്തയ്ക്ക് എന്റെ ആദരവ് അറിയിക്കുന്നു.

എസ് ആർ സി നായർ

കഥകൾ ജീവിതത്തെ തിരിച്ചെടുക്കുന്നു

അശോകൻ ചരുവിൽ

എന്റെ സുഹൃത്ത് ബാബുജോൺ ഫോണിൽ വിളിച്ച് ഒരു കഥാ പുസ്തകത്തിന്റെ പ്രസിദ്ധീകരണത്തെക്കുറിച്ച് പറഞ്ഞു. അതിൽ ചേർക്കാനായി ഞാൻ ഒരു കുറിപ്പെഴുതണം. സത്യത്തിൽ എനിക്ക് ഇഷ്ടമുള്ള കാര്യമല്ല. ഭാഷാപാണ്ഡിത്യം കുറവായതുകൊണ്ട് ഞാൻ എഴുതിയാൽ നന്നാവില്ല. പക്ഷേ, ബാബു നിർബ്ബന്ധിച്ചു. കാരണം അദ്ദേഹത്തിന്റെ ആത്മമിത്രമാണ് കഥാകാരൻ. ഫോണിലൂടെ പേരു പറഞ്ഞത് ഞാൻ ശ്രദ്ധിച്ചില്ല. അദ്ദേഹം ഇപ്പോൾ തിരുവനന്തപുരത്തുണ്ടെന്നും വന്നു കാണുമെന്നും പറഞ്ഞു. എഴുത്തു തുടങ്ങിയ ആരെങ്കിലുമായിരിക്കും എന്നാണ് ഞാൻ വിചാരിച്ചത്.

അധികം വൈകാതെ കഥാകൃത്ത് എന്റെ ആഫീസിൽ വന്നു. നവകഥാകൃത്തല്ലെന്നു കണ്ടമാത്രയിൽ ബോദ്ധ്യപ്പെട്ടു. പ്രായമുണ്ട്. കഥകളുടെ ഡി ടി പി പ്രിന്റൗട്ട് അദ്ദേഹം എനിക്ക് തന്നു. ആദ്യപേജ് ഞാൻ വായിച്ചു. *ഗന്ധരാജന്റെ ഇലകൾ* എസ് ആർ സി നായർ. ഞാൻ ശരിക്കും ആശ്ചര്യപ്പെട്ടു. അഥവാ അതീവ സന്തോഷവാനായി എന്നാണോ പറയേണ്ടതെന്നു നിശ്ചയമില്ല. ഒരു കാലത്ത് *മാതൃഭൂമി* ആഴ്ചപ്പതിപ്പിൽ ഞങ്ങളെല്ലാം ആവേശത്തോടെ വായിച്ചിരുന്ന കഥകളുടെ രചയിതാവാണ് മുന്നിലിരിക്കുന്നത്. എൻ പ്രഭാകരനും, സി ആർ പരമേശ്വരനും വെളിപ്പെട്ട വർഷം *മാതൃഭൂമി* ആഴ്ചപ്പതിപ്പിന്റെ വിഷുപ്പതിപ്പ് മത്സരത്തിൽ കവിതയ്ക്ക് സമ്മാനം നേടിയ പഴയ യുവതാരം.

അദ്ദേഹം എന്നോട് പറഞ്ഞു: 'കവിതയാണ് എന്റെ സാഹിത്യരൂപം. പക്ഷേ, കഥകളാണ് അധികം എഴുതിയത്'.

ഡോ. എം എം ബഷീർ തയ്യാറാക്കിയ കഥാസാഹിത്യചരിത്രം ഞാനീയിടെ വീണ്ടും മറിച്ചു നോക്കിയിരുന്നു. *മാതൃഭൂമി* ആഴ്ചപ്പതിപ്പിൽ

അതുവരെ പ്രസിദ്ധീകരിച്ച കഥകളുടെ പേരുവിവരം ക്രമത്തിൽ അനുബന്ധമായി അതിൽ ചേർത്തിട്ടുണ്ട്. വായനക്കാരെ വിസ്മയിപ്പിച്ച എത്രയോ കഥാകൃത്തുക്കൾ. *മാതൃഭൂമി*യിൽ ഒരു കഥ പ്രസിദ്ധപ്പെടുന്നത് സാഹിത്യജീവിതത്തിലെ വലിയ അംഗീകാരമായി കരുതുകയും നവകഥാകൃത്തുക്കൾ അതിനായി പതിനെട്ടടവും (എഴുത്തിലെ അടവുകളാണ്) പയറ്റുകയും ചെയ്യുന്ന കാലം. ഓരോ കാലങ്ങളിൽ *മാതൃഭൂമി*യിൽ കഥകളെഴുതി വായനക്കാരുടെ പ്രശംസ പിടിച്ചുപറ്റിയ ചിലരൊക്കെ പിന്നെ രംഗംവിട്ടു. ജീവിതമല്ലേ? വളവുകളും തിരിവുകളും അടിയൊഴുക്കുകളും കഥയിൽ മാത്രമല്ല, കഥാകൃത്തുക്കളുടെ ജീവിതത്തിലും ഉണ്ടാകും. അന്നു വായിച്ച പല കഥകളും വീണ്ടുമൊന്നു വായിക്കണം എന്ന് ഞാൻ ആഗ്രഹിക്കാറുണ്ട്. സാഹിത്യ അക്കാദമിയുടെ അപ്പൻ തമ്പുരാൻ ലൈബ്രറിയിൽ പോയാൽ അത് സാധിക്കും. തിരക്കൊഴിയട്ടെ എന്നു വിചാരിക്കും.

രംഗംവിടുകയോ, സംയമനത്തോടെ മുഖ്യധാരയിൽനിന്ന് അകന്നുനില്ക്കുകയോ ചെയ്യുന്ന ചില കഥാകൃത്തുക്കളെ നേരിൽ കാണണമെന്നും ഞാൻ ആഗ്രഹിക്കാറുണ്ട്. അതിലൊരാളാണ് ഇപ്പോൾ എന്റെ മുന്നിലിരിക്കുന്നത്. ബാബുജോണിനു നന്ദി. ഞാൻ കരുതിയിരുന്നത് എസ് ആർ സി നായർ ഒരു മറുനാടൻ മലയാളി ആയിരിക്കും എന്നാണ്. അല്ല, അദ്ദേഹം കേരളത്തിൽ തന്നെ ബി എസ് എൻ എല്ലിൽ ജോലിചെയ്ത് വിരമിച്ച് ഭാര്യയും മക്കളുമൊത്ത് സന്തുഷ്ടനായി കഴിയുന്നു. ഇപ്പോൾ വീണ്ടും എഴുത്തിലേക്ക് സജീവമായി തിരിച്ചെത്തിയിരിക്കുന്നു. *വാളമ്പും വില്ലും* എന്ന നോവൽ ഈയിടെ എസ് പി സി എസിലൂടെ പുറത്തു വന്നു.

മുന്നിൽ നടന്ന ഈ എഴുത്തുകാരന്റെ കഥകളെക്കുറിച്ച് ഞാൻ എന്താണ് എഴുതുക? അതൊരു കടന്ന കൈയാണ്. അന്നും ഇന്നും എസ് ആർ സി നായരുടെ കൈമുതൽ ചടുലമായ ആഖ്യാന ശൈലിയാണ്. വാക്കുകൾക്കിടയിൽ ഒളിഞ്ഞിരിക്കുന്ന നർമ്മവും. കാലം മാറിയപ്പോൾ കഥകളുടെ വിഷയം തെല്ലു മാറിയിട്ടുണ്ട്. ജീവിതത്തെ കുറേക്കൂടി നിർമ്മമമായി നോക്കിക്കാണാനാവുന്നു. ആവിഷ്കരിക്കപ്പെടുന്ന ജീവിതങ്ങൾ അവയ്ക്കിടയിലെ അനുഭവങ്ങൾ എത്ര തീവ്രമെങ്കിലും അത്ര വികാരക്ഷോഭമൊന്നുമില്ലാതെ ആഖ്യാനം ചെയ്യപ്പെടുന്നു. എന്നുവെച്ചാൽ പ്രായവും അനുഭവത്തഴക്കവും സംഭവങ്ങളെ നോക്കിക്കാണാനുള്ള ഒരു പുതിയ വിഷൻ അദ്ദേഹത്തിനു നല്കിയിട്ടുണ്ട് എന്ന് ഈ സമാഹാരത്തിലെ കഥകൾ പ്രഖ്യാപിക്കുന്നു. അനുഭവത്തിന്റെ കൈത്തഴക്കമില്ലാതെ 'മന്ദാരപ്പൂവ്' എന്ന കഥയിലെ അച്ഛന്റെ വീഴ്ചകൾ - തലകറങ്ങിയുള്ള വീഴ്ചകൾ മാത്രമല്ല, വാർദ്ധക്യത്തിന്റെ ചില കുസൃതികളും താല്പര്യങ്ങളും - ഇത്രഭംഗിയായി വിവരിക്കാനാവില്ല. വാർദ്ധക്യത്തിലും ജീവിതമുണ്ടെന്ന് ഇതിലെ പല കഥകളും സ്ഥാപിക്കുന്നുണ്ട്. ജീവിതമാകുമ്പോൾ അതിൽ പ്രണയവും വിഡ്ഢിത്തങ്ങളും ഉണ്ടാകുമല്ലോ. ചില

കഥകളിൽ, ഉദാഹരണത്തിന് 'ഡബിൾ വിഷൻ' പോലുള്ള കഥകളിൽ എഴുത്തുകാരന്റെ നിർവ്വികാരത തെല്ലു കൂടിപ്പോവുന്നുണ്ടോ എന്നു വായനക്കാർക്കു തോന്നും. പഴയ കാമുകിയെ ഭാര്യയോടൊപ്പം കൂടെപ്പാർപ്പിക്കാൻ തീരുമാനിച്ച വിവരം പ്രഖ്യാപിക്കുമ്പോൾ ഇവിടെ ഭൂമികുലുക്കമൊന്നും ഉണ്ടാവുന്നില്ലല്ലോ. അല്ലെങ്കിൽ മനുഷ്യന്റെ ഏതു ജീവിതസന്ദർഭത്തിലാണ് ഭൂമി കുലുങ്ങുന്നത്? അത്തരം കുലുക്കങ്ങളൊക്കെ സാഹിത്യത്തിലല്ലേ പതിവുള്ളൂ. സിനിമയിൽ പശ്ചാത്തലസംഗീതത്തെ ചടുലമാക്കി 'ഭൂമികുലുക്കം' ഉണ്ടാക്കുന്നു.

കഥാകൃത്ത് വിവരിക്കുന്നത് നിർവ്വികാരമായും നർമ്മം കലർത്തിയും ആണെങ്കിലും വായനക്കാരനെ അതെല്ലാം വൈകാരികമായ ഒരു ലോകത്തേക്കു നയിക്കുന്നുണ്ട്. മല്ലിക എന്ന കുഞ്ഞിനെ പിന്തുടരുന്ന കഥാകൃത്ത് ഒരു കുടുംബത്തിന്റെ ശൈഥില്യത്തിലേക്കാണ് നമ്മെ അറിയാതെ ആനയിക്കുന്നത്. എത്രമാത്രം സ്നേഹമാണ് കുഞ്ഞുങ്ങൾ ആഗ്രഹിക്കുന്നതെന്ന് ഈ കഥ വായിക്കുമ്പോൾ നാം തിരിച്ചറിയും. കുഞ്ഞുങ്ങൾക്കുവേണ്ടി കഷ്ടപ്പെടുന്നു എന്നു വീമ്പുപറയുന്നവർ ഒരു തരിമ്പെങ്കിലും സ്നേഹം അവർക്കു കൊടുക്കുന്നുണ്ടോ? കഥയിലല്ല, വികാരക്ഷോഭങ്ങളുണ്ടാകേണ്ടത് വായനക്കാരുടെ മനസ്സിലാണ് എന്ന കഥയുടെ രാസവിദ്യ എസ് ആർ സി നായർ ശരിക്കും മനസ്സിലാക്കിയിട്ടുണ്ട്.

ഒറ്റയിരിപ്പിൽ ഈ കഥാസമാഹാരം വായിച്ചു തീർത്തപ്പോൾ ജീവിതത്തെക്കുറിച്ചും സമൂഹത്തെക്കുറിച്ചും അനുഭവങ്ങൾ ഒളിച്ചിരിക്കുന്ന നമ്മുടെ ഗ്രാമങ്ങളെക്കുറിച്ചും മുമ്പില്ലാത്ത ഒരു സ്നേഹം എനിക്കുണ്ടായി. മനുഷ്യനിൽനിന്ന് ജീവിതം ചോർന്നുപോകുന്ന കാലമാണിത്. ജീവിതത്തെ പരമാവധി തിരിച്ചുപിടിക്കുന്നുണ്ട് ഈ കഥകൾ. വായനക്കാർ ഇവ ആഹ്ലാദത്തോടെ സ്വീകരിക്കും. തീർച്ച.

1

രണ്ടു പെണ്ണുങ്ങൾ

ഗർഭിണിയായ ഒരു പെൺകുട്ടി അതിരാവിലെ പ്രസവ വാർഡിലേക്കുള്ള പടികൾ സാവധാനം കയറുന്നത് പുരുഷന്മാരുടെ വാർഡിന്റെ തിണ്ണയിലിരുന്ന് വൃദ്ധ കണ്ടു. പ്രസവവാർഡ് ഉയർന്ന സ്ഥലത്താണ്. പെൺകുട്ടിയോടൊപ്പം ആരുമില്ലായിരുന്നു. അവൾ തനിച്ചായിരുന്നു. അശരണരെ സഹായിക്കുകയാണ് വൃദ്ധയുടെ ഇപ്പോഴത്തെ ജോലി. വൃദ്ധ ചാടി എഴുന്നേറ്റ് ഒരു ഇരയെ കിട്ടിയ മട്ടിൽ പെൺകുട്ടിയുടെ സമീപം ഓടിയെത്തി. പെൺകുട്ടി ശരീരം ചുരിദാറിൽ പൊതിഞ്ഞിരുന്നു. അവളുടെ ഉന്തിയ വയറും ക്ഷീണവും കണ്ടപ്പോൾ പ്രസവം അടുത്തതായി വൃദ്ധയ്ക്കു തോന്നി. അവളുടെ മുഖം വിവർണ്ണമായിരുന്നു. കഴുത്തിനു ചുറ്റും കറുത്തപാടുകൾ കണ്ടു. കാൽപാദം നീര് വന്ന് വീർത്തിരുന്നു. കാലുകൾക്ക് ഭാരക്കൂടുതലുണ്ടായിരുന്നതുകൊണ്ട് പടികൾ കയറാൻ പെൺകുട്ടി നന്നേ വിഷമിച്ചു. അവൾ ഞരങ്ങുകയും 'അമ്മേ' എന്ന് വേദനയകറ്റാൻ വിളിക്കുകയും ചെയ്തു.

"വേദനതൊടങ്ങിയോ മോളേ?" വൃദ്ധ ചോദിച്ചു.

"ങാ" പെൺകുട്ടി അമർത്തിമൂളി.

"കൂട്ടിനാരുമില്ലേ?"

"ഇല്ല".

വൃദ്ധ അവളെ പടികയറാൻ സഹായിച്ചു. പെൺകുട്ടി ലേബർ റൂമിന് സമീപം ചെന്ന് കൈയിലിരുന്ന പേപ്പർ കഷണം നെഴ്സിനെ കാണിച്ചു. നഴ്സ് പെൺകുട്ടിയെ ലേബർ റൂമിലേക്കു കൊണ്ടുപോയി. നഴ്സ് തിരിച്ചു വന്നപ്പോൾ വൃദ്ധ ചോദിച്ചു.

"ഇപ്പോഴങ്ങാനും ഒണ്ടോ?"

"താമസിക്കാതെ കാണും. നിങ്ങടെ ആരാ?"

"എന്റെ ഒരു അകന്ന ബന്ധുവാ"

വൃദ്ധ പ്രസവവാർഡിന്റെ തിണ്ണയിലിരുന്ന് ഒരു പിഞ്ചുകുഞ്ഞിന്റെ കരച്ചിലിനുവേണ്ടി കാതോർത്തു. തടിത്തൂണിൽ ചാരിയിരിക്കുന്ന മറ്റൊരു സ്ത്രീയോടു വൃദ്ധ ചോദിച്ചു.

"ആരാ ഇവിടെ?"

"മോളാ, വേദന തൊടങ്ങീട്ടു പത്തുമണിക്കൂറായി. അവടെ ഭർത്താവ് ഗോവേന്നു തിരിച്ചിട്ടുണ്ട്. അവൻ വന്നിട്ടേ പെറൂ എന്ന് അവൾക്കൊരു വാശി. നടക്കട്ടെ".

ജനറൽ വാർഡിലെ പങ്കജാക്ഷിയമ്മയ്ക്ക് കഞ്ഞി വാങ്ങാൻ വൃദ്ധ കാന്റീനിലേക്കു പോയി. അഞ്ചു വർഷമായി വൃദ്ധ ആശുപത്രിയിലെത്തിയിട്ട്. ചിക്കൻഗുനിയ പിടിപെട്ടു വന്നതാണ്. അസുഖം കുറഞ്ഞെങ്കിലും അവർ പോയില്ല. ആളുകൾക്ക് അല്ലറചില്ലറ സഹായങ്ങൾക്കായി വൃദ്ധ ആശുപത്രിയിൽ തങ്ങി. അവർ അനാഥയായിരുന്നു. കഞ്ഞി വാങ്ങിക്കൊടുത്തിട്ട് അടുത്ത ബെഡ്ഡിലെ സ്ത്രീയുമായി വൃദ്ധ സംസാരിച്ചുകൊണ്ടു നില്ക്കുന്നതിനിടയിൽ പെട്ടെന്ന് പെൺകുട്ടിയെക്കുറിച്ച് ഓർത്തു. അവർ പ്രസവവാർഡിൽ കുതിച്ചെത്തി. നഴ്സ് വൃദ്ധയെ നോക്കി കണ്ണിറുക്കി.

"പെറ്റോ?"

"ങാ"

"കൊച്ചെന്തുവാ?"

"പെണ്ണ്"

"ലേബർ റൂമീന്ന് എറക്കിയോ?"

"എറക്കി. ജനറൽ വാർഡിലുണ്ട്".

അത്ര ആവേശം തോന്നിയില്ലെങ്കിലും വൃദ്ധ പെൺകുട്ടിയുടെ സമീപമെത്തി. അവൾ മയങ്ങുകയാണ്. വൃദ്ധ കട്ടിലിനു സമീപം കാത്തിരുന്നു. ഇടയ്ക്ക് പെൺകുട്ടി കണ്ണു തുറന്നു.

"ഞാൻ ഇന്നു രാത്രി ഇവിടുന്നു പോകും. കൊച്ചിനെ നിങ്ങളു വേണേൽ എടുത്തോ. ആണാരുന്നേൽ കൊണ്ടുപോകാമെന്ന് വിചാരിച്ചു. ഇവളെ കൊണ്ടുപോയാൽ എന്നെപ്പോലെയാകും" പെൺകുട്ടി പറഞ്ഞു.

"നിനക്കാരുമില്ലേ?"

"എല്ലാരുമൊണ്ട്. വീട്ടീന്ന് ആരുമറിയാതെ ഇറങ്ങിയതാ. കൊറെ നാളായി. എല്ലാരും എന്നെ മറന്നുകാണും"

"നിന്റെ സ്ഥലം...."

"സത്യം പറയണോ, അതോ....."

"എന്തുപറഞ്ഞാലും ഞാൻ കേൾക്കും"

"തിരുവല്ലത്ത് ക്ഷേത്രത്തിനടുത്ത്"

"കൊച്ചിന്റെ അച്ഛനാരാ?"

"ഒരു ചെക്കൻ, ബലിയിടാൻ വന്നതാ. കോളേജിൽ പഠിക്കുവാ".

"അവനറിയാമോ ഇതൊക്കെ....."

“ഇല്ല” പെൺകുട്ടി നെടുവീർപ്പിട്ടു. “കൊഴപ്പം എന്റേതാ. അവൻ പഠിച്ച് പാസായി വലിയ എഞ്ചനീയറാവേണ്ടതല്ലേ. അറിയരുതെന്നാ എന്റെ ആഗ്രഹം.”

വൃദ്ധ പിന്നീടൊന്നും ചോദിച്ചില്ല. അർദ്ധരാത്രിയിൽ പെൺകുട്ടി ആശുപത്രിയിൽനിന്നും രക്ഷപ്പെട്ടു. പെൺകുഞ്ഞിനെ വൃദ്ധയ്ക്ക് കൊടുത്തു. ചുരിദാറിനുള്ളിൽ പൊതിഞ്ഞ ശരീരവും മുറിവേറ്റ മനസ്സുമായി അവൾ പോയി.

“എങ്ങോട്ടാ?” വൃദ്ധ ചോദിച്ചു.

“അറിയില്ല” പെൺകുട്ടി തിരിഞ്ഞുനിന്നു പറഞ്ഞു.

നേരം വെളുത്തപ്പോൾ ആശുപത്രിക്കു മുന്നിലെ ദാമോദരന്റെ കടയിൽനിന്നും വൃദ്ധ ഒരു കടുംചായ വാങ്ങി. ഒന്നു മുറുക്കി. ‘പൊയില വേണ്ട’. വൃദ്ധ പറഞ്ഞു. എന്നിട്ട് റോഡിലേക്കു നോക്കി.

“എന്താ തള്ളേ, വല്ലതും ഒത്തോ?” വൃദ്ധയുടെ കൈയിലെ പഴംതുണിയിലേക്കു നോക്കി ദാമോദരൻ ചോദിച്ചു.

“ശകലം മാറിപ്പോയി. അല്ലേൽ കൊള്ളാമാരുന്നു.”

“പെണ്ണാരിക്കും”.

“ങാ”

കഴിഞ്ഞ മാസം വൃദ്ധയ്ക്ക് ആശുപത്രിയിൽനിന്നും ഒരു ആൺകുഞ്ഞിനെ കിട്ടിയിരുന്നു. ആയിരം രൂപയ്ക്ക് വിറ്റു. ഇത് പെണ്ണാണ്. പത്തുരൂപാ കിട്ടിയാൽ മതിയായിരുന്നു. വൃദ്ധ വെറുതെ സ്വപ്നം കണ്ടു.

ചുരിദാറിട്ട ഒരു പെണ്ണ് രാത്രിയിൽ ധൃതിയിൽ റോഡിലിറങ്ങി നടന്നുപോകുന്നത് ദാമോദരൻ കണ്ടിരുന്നു.

പെട്ടെന്ന് സ്വർണ്ണചെയിനണിഞ്ഞ ഒരു ചെറുപ്പക്കാരൻ കടയുടെ മുന്നിലെത്തി. അയാളുടെ കൈയിൽ ഒരു പട്ടിക്കുട്ടിയുണ്ടായിരുന്നു. വൃദ്ധ ആകാംക്ഷയോടെ പട്ടിക്കുട്ടിയെ നോക്കി.

“പട്ടിക്കുട്ടിക്കെന്താ വില?” വൃദ്ധ ചോദിച്ചു.

“അയ്യായിരം” അയാൾ പറഞ്ഞു. “ഫ്രഞ്ച് പൂഡിൽ ഇനമാ.... പെണ്ണാ... പ്രസവിക്കും. അതോണ്ടാ വെലക്കൂടുതൽ”.

“എന്റെ കൈയിൽ ഒരു കുഞ്ഞുണ്ട്. വില്ക്കാനാ. മനുഷ്യക്കുഞ്ഞാ. പെണ്ണാ. പ്രസവിക്കും. അതോണ്ട് വിലയില്ല. മുറുക്കാൻ മേടിക്കാനുള്ള പൈസ കിട്ടിയാൽ കൊടുക്കാമാരുന്നു.”

ചെറുപ്പക്കാരൻ ചിരിച്ചു.

അയാളുടെ കൈയിലെ പട്ടിക്കുട്ടി പുറത്തേക്കു നോക്കിയിരുന്നു.

വൃദ്ധ ഒരു വച്ചുമാറ്റം സ്വപ്നം കണ്ടിട്ട്, പഴംതുണിക്കെട്ടുമായി റോഡിലിറങ്ങി തെക്കോട്ടു നടന്നു.

2

മുല്ലശ്ശേരി കനാൽ

കൊച്ചി നഗരത്തിനാവശ്യമായ കൊതുകുകളുടെ മുന്തിയ പങ്കും ഉല്പാദിപ്പിക്കുന്ന മുല്ലശ്ശേരി കനാലിൽനിന്നും സന്ധ്യയോടെ കൊതുകുകൾ കൂട്ടത്തോടെ പറന്നുപൊങ്ങി. മുൾച്ചെടിയുടെ ഉള്ളിൽ ഉറങ്ങുകയായിരുന്ന ആൺകൊതുകുകൾ കണ്ണുതുറന്ന് അവർക്ക് യാത്രാമംഗളങ്ങൾ നേർന്നു. യാത്ര പുറപ്പെടുമ്പോൾ അവർ മധുരതരമായ ഏതോ ഗാനം ആലപിച്ചുകൊണ്ടിരുന്നു. അവർ സന്തോഷംകൊണ്ട് നൃത്തം ചെയ്തു. മരുന്നു നിറച്ച സിറിഞ്ചുകൾ അവരുടെ കൈവശമുണ്ടായിരുന്നു. കൊതുകുവലയില്ലാത്തവരുടെ അടുക്കളയിലും കിടപ്പുമുറികളിലും അവർ ചേക്കേറി. ചുരുട്ടി വച്ച ഷർട്ടിന്റെ ഉള്ളിലും വേസ്റ്റ് ഇട്ടുവച്ചിരുന്ന പാത്രത്തിന്റെ അടിയിലും ടോയ്‌ലറ്റിന്റെ പരിസരത്തും അവർ രഹസ്യമായി താവളം കണ്ടെത്തി. ഫാനുള്ള വീടുകളെ കഴിവതും ഒഴിവാക്കി. സന്ധ്യ മയങ്ങുന്നതും കാത്ത് കൊതുകുകൾ അക്ഷമരായി.

നഗരത്തിൽ മഞ്ഞവെളിച്ചം ചിതറിവീണു. വീടുകളിൽനിന്നും പുറത്തിറങ്ങിയ ആളുകൾ ആഭരണക്കടകളിലും മദ്യഷാപ്പുകളിലും തുണിക്കടകളിലും ചേക്കേറി. പെൺകുട്ടികൾ ജോലി കഴിഞ്ഞ് തുണിക്കടകളിൽനിന്നും കൂട്ടത്തോടെ ജോസ് ജങ്ഷനിൽ ഒഴുകി നിറഞ്ഞു. എല്ലാവിധ സന്നാഹങ്ങളോടുംകൂടി ഒരു കൂട്ടം കൊതുകുകൾ ധൃതിയിൽ ബ്രോഡ്‌വേയിലേക്കു പറന്നു. മറ്റൊരു കൂട്ടർ ചിറ്റൂർ റോഡിൽനിന്നും റയിൽവേ സ്റ്റേഷനിലേക്ക് വേഗത്തിൽ നീങ്ങി. വേണാട് എക്സ്പ്രസിൽ വന്നിറങ്ങുന്ന ചോരയും നീരുമുള്ള ഗവ. ഉദ്യോഗസ്ഥരെ കടിക്കാനായിരുന്നു അവരുടെ യാത്ര. വീടുകളിൽ തമ്പടിച്ച കൊതുകുകൾ അക്ഷമരാകുകയും താമസിയാതെ തിരിച്ചെത്തുന്ന വീട്ടുകാരുടെ ചോര നുണയുന്നത് സ്വപ്നം കാണുകയും ചെയ്തു.

"എവിടെയാ മുല്ലശ്ശേരി കനാൽ?"

ധൃതിയിൽ നടന്നുപോകുന്ന വഴിയാത്രക്കാരോട് അച്ഛൻ ചോദിച്ചു. മകൻ അച്ഛന്റെ മറവിൽ നിന്നു. അച്ഛന്റെ ഖദർ ജൂബ്ബാ ശരീരത്തിൽ ഒട്ടിക്കിടന്നു. വിയർപ്പിന്റെ പുഴുക്കും അയാളെ അസ്വസ്ഥനാക്കി. അയാളുടെ ചോദ്യം ആരും കേട്ടില്ല. സമയം എല്ലാവർക്കും വിലയുള്ളതാണ്. അയാളുടെ ചോദ്യത്തിന് ഉത്തരം പറയാനുള്ള സാവകാശം ആർക്കും ഇല്ലായിരുന്നു. അച്ഛൻ തലയിൽനിന്നും ഒലിച്ചിറങ്ങിയ വിയർപ്പ് തുടച്ചു നീക്കി. നഗരത്തിൽ തിരക്കേറിക്കൊണ്ടിരുന്നു. അച്ഛന്റെ നിഴലിൽ നടക്കുന്ന മകന്റെ മുഖത്ത് അവശതയുടേയും ക്ഷീണത്തിന്റേയും കനലെരിഞ്ഞു. മകന് വിശക്കുന്നുണ്ടായിരുന്നു. അമ്മ തയ്യാറാക്കിക്കൊടുത്ത പൊതിച്ചോറ് അവൻ നെഞ്ചോടു ചേർത്തുപിടിച്ചു. പൊതിച്ചോറിൽ അവശേഷിച്ച ചൂട് അവന്റെ നെഞ്ചിലേക്കു പടർന്നു. ചോറിന്റെ ചൂട് അമ്മയുടെ മാറിലെ ചൂടാണെന്ന് മകൻ വിചാരിച്ചു. ചിരിച്ചും കളിച്ചും ഉറക്കെ വർത്തമാനം പറഞ്ഞും നടന്നുനീങ്ങുന്ന ആളുകളുടെ ഇടയിൽക്കൂടി മുല്ലശ്ശേരിക്കനാൽ എവിടെയാണെന്നറിയാതെ അച്ഛനും മകനും നടന്നുകൊണ്ടിരുന്നു.

പട്ടണത്തിൽ വിളക്കുകൾ തെളിഞ്ഞു. മഞ്ഞസമുദ്രം ഒരു സുനാമി പോലെ പട്ടണത്തെ വിഴുങ്ങി.

"അച്ഛാ, ചോറു വളിച്ചുപോകും."

"സാരമില്ല മകനെ."

"എനിക്കു വിശക്കുന്നു."

"താമസിയാതെ ചോറുണ്ണാം മോനേ."

അച്ഛൻ അപ്പോൾ പാർവ്വതിയെ ഓർക്കുകയായിരുന്നു. അവൾ ഇപ്പോൾ കത്തുന്ന ഓട്ടുവിളക്കിന്റെ മുമ്പിൽ ഇരിക്കുന്നുണ്ടാവും. മണ്ണെണ്ണക്കരി കലർന്ന പുക അവളുടെ മുഖത്തുകൂടി കടന്നുപോകുന്നുണ്ടാവും. സംസാരിക്കാൻ ആരുമില്ലാത്തതുകൊണ്ട് അവൾ വിങ്ങിപ്പൊട്ടുന്നുണ്ടാവും. ഏകാന്തത മരണതുല്യമാണെന്ന് അവൾ വിചാരിക്കുന്നുണ്ടാവും. ഒരു യാത്ര പോവുകയല്ലേ? പട്ടണത്തിൽ ഊണിന് വലിയ ചാർജ്ജായിരിക്കും. പുറത്തുനിന്നും ആഹാരം കഴിക്കാൻ കൈയിൽ കാശുണ്ടാവില്ലല്ലോ. ഒരു ചോറുപൊതി കൈയിലിരിക്കുന്നതു നല്ലതാ. സന്ധ്യ മയങ്ങിക്കഴിഞ്ഞ് ഏതെങ്കിലും കടത്തിണ്ണയിലിരുന്ന് കഴിക്കാം. ഉള്ളിത്തോരനും ചമ്മന്തിയും മാത്രമേയുള്ളൂ. അയാൾ തലയാട്ടി. പാർവ്വതി എന്തുപറഞ്ഞാലും ആവശ്യപ്പെട്ടാലും അയാൾ അനുസരിക്കാറുണ്ട്. പാവം എന്നോർത്തുകൊണ്ട് അയാൾ മകനെ നോക്കി. മകൻ അച്ഛനേക്കാൾ വളർന്നിരിക്കുന്നു. നീളം വച്ചിരിക്കുന്നു. നാല്പത്തിയെട്ടാം വയസ്സിൽ ആറ്റുനോറ്റുണ്ടായ ഉണ്ണി. മണ്ണാറശാലയിൽ ഉരുളി കമിഴ്ത്തി, വെണ്ടാറ്റ് ഹനുമാന്റെ അമ്പലത്തിൽ വടമാല വഴിപാടു നടത്തി. ഏഴംകുളം ക്ഷേത്രത്തിൽ തൂക്കം നടത്തി, അനന്തമായ കാത്തിരിപ്പിന്റെ അന്ത്യത്തിൽ പിറന്ന മകൻ.

"ഒരു മുറി എടുക്കേണ്ടേ അച്ഛാ?"
"വേണം മകനേ"
"ചോറുണ്ണണ്ടേ?"
"വേണം മോനേ"

അച്ഛൻ മകനെ തന്റെ ശരീരത്തോടു ചേർത്തുപിടിച്ചു. കുറേനേരം റോഡരികിൽനിന്നു. വളർന്നു വലുതായെങ്കിലും മകൻ എന്നും തനിക്ക് കുഞ്ഞാണെന്ന് അയാൾ ഓർമ്മിച്ചു. അച്ഛന്റെ ഗാഢമായ സ്നേഹത്തിന്റെ ഊഷ്മാവ് മകനിലേക്ക് പകർന്നപ്പോൾ നേരിയ കാറ്റുവീശി.

അച്ഛന്റെ ജൂബ്ബയുടെ പോക്കറ്റിൽ ഒരു കടലാസ് പൊതിയുണ്ടാവും. മകൻ വിചാരിച്ചു. അതിൽ നോട്ടുകളും ചില്ലറയും കാണും. ഇറങ്ങാൻ നേരം അമ്മ അച്ഛന്റെ കൈയിൽ ഒരു കടലാസ് പൊതി ഏല്പിക്കുന്നത് മകൻ കണ്ടിരുന്നു. മുട്ടവിറ്റുകിട്ടിയ അമ്മയുടെ സമ്പാദ്യമായിരുന്നു അത്. ഒരു നല്ലകാര്യത്തിന് ചെലവാക്കാൻവേണ്ടി അമ്മ കരുതിയിരിക്കുകയായിരുന്നു. പൊതി കൈമാറുമ്പോൾ ഒരിക്കലും മനസ്സിൽനിന്നും മാഞ്ഞുപോകാത്ത ഒരു പുഞ്ചിരി അമ്മ മകനു നല്കി. മകന് സ്വന്തം കാലിൽ നില്ക്കാൻ കഴിയുന്ന ഒരു ജോലി കിട്ടാൻ സഹായിക്കണേ ദേവീ എന്ന് അമ്മ ഉരുവിട്ടുകൊണ്ടിരുന്നു. ക്ഷേത്രം വടക്കായതുകൊണ്ട് അമ്മ വടക്കോട്ടുനിന്ന് പ്രാർത്ഥിച്ചു. ആഴക്കിണറ്റിൽ നിന്നെന്നപോലെ ഒരു ഗദ്ഗദം മകന്റെ ഉള്ളിൽനിന്നും പുറത്തേക്കു തെറിച്ചു.

വഴിവക്കിലൊക്കെ പ്ലാസ്റ്റിക്കിൽ പൊതിഞ്ഞ മാലിന്യങ്ങൾ കൂട്ടിയിട്ടിരിക്കുന്നു. നടക്കുമ്പോൾ ഈച്ചകൾ മുകളിലേക്കു പറന്ന് വീണ്ടും പൊന്തി മാലിന്യങ്ങളിൽ പറ്റി. റയിൽവേസ്റ്റേഷന്റെ പരിസരത്തുനിന്നും മൂത്രത്തിന്റെ ഗന്ധം കാറ്റിൽ കലർന്ന് ദർബാർ ഹാൾ റോഡിലേക്കു നീങ്ങി. പഴത്തൊലിയും മുട്ടത്തോടുകളും ചീഞ്ഞഴുകിയ പഴങ്ങളും പച്ചക്കറിയും കോഴിയുടെ അവശിഷ്ടങ്ങളും പ്ലാസ്റ്റിക് കൂടിനുള്ളിൽ കിടന്ന് പുഴുക്കളോട് പടവെട്ടി.

"സൂക്ഷിച്ചു നടക്കണേ അച്ഛാ, അല്ലെങ്കിൽ വീഴും".

മൂടിയില്ലാത്ത ഓടയുടെ പിളർന്ന വായ് ചൂണ്ടിക്കാട്ടി മകൻ അച്ഛനോടു പറഞ്ഞു. ഓടയിൽ നിന്നും കൊതുകുകൾ പറന്നുവരുന്നതുകണ്ട് മകൻ പേടിച്ചു. നാറുന്ന ഓടയുടെ സമീപമിരുന്ന് ഒരാൾ മുല്ലപ്പൂ വില്ക്കുന്നതു കണ്ടു. മുല്ലപ്പൂവിന്റെ മണത്തിനു മുകളിൽ ഓടയുടെ ഗന്ധം കയറിക്കൂടി ഒരുമിച്ച് യാത്ര ചെയ്തു. പൂവ് കച്ചവടക്കാരൻ പൂക്കളെല്ലാം ധൃതിയിൽ കുട്ടയിലേക്കിട്ട് എഴുന്നേറ്റു.

"ഇപ്പോ കറണ്ടു പോകും, ലോഡ്ഷെഡ്ഡിങ്ങാ"

അച്ഛനും മകനും ഒരു ലോഡ്ജിന്റെ മുന്നിലെത്തി. അപ്പോഴേക്കും കറണ്ടുപോയി. മെഴുകുതിരി വെട്ടത്തിൽ മാനേജരുടെ മുഖത്ത് സന്തോഷം കളിയാടി.

"സിംഗിൾ റൂമിൽ ഒരാൾക്കു മാത്രമേ താമസിക്കാൻ നിയമമുള്ളൂ. ഡബിൾ റൂമിന് അഞ്ഞൂറ്റി അൻപതു രൂപാ."

അച്ഛന്റെ മുഖത്ത് വിയർപ്പുതുള്ളികൾ പൊടിഞ്ഞു. മകൻ ആകാംക്ഷയോടെ അച്ഛനെ നോക്കി.

"ഒരു ദിവസത്തേക്കാ?"

"അതേ."

"ഞങ്ങക്ക് രാത്രീലൊന്നു തല ചായ്ച്ചാ മതി. രാവിലെ ഒഴിഞ്ഞേക്കാം, നൂറു രൂപാ തരാം."

മാനേജർ ചിരിച്ചു. മെഴുകുതിരി ചെറിയ കാറ്റിൽ കലമ്പലുണ്ടാക്കി.

"ബാത്ത് അറ്റാച്ച്ഡ് മുറിയാ", മാനേജർ പറഞ്ഞു.

ഒന്നും മനസ്സിലാവാത്തതുകൊണ്ട് അച്ഛൻ മകനെ നോക്കി.

"കുളിമുറീം കക്കൂസും മുറിയോടു ചേർന്നതാ".

അതുവേണ്ട. അച്ഛൻ വിചാരിച്ചു. ശീലമില്ല, വല്ലാത്ത ശ്വാസംമുട്ടലാണ്. കിടക്കുന്ന മുറിയോടു ചേർന്ന്... വല്ല തെങ്ങിൻചുവടോ തോട്ടിൻകരയോ? എത്ര സുഖകരം! പക്ഷേ, പട്ടണത്തിൽ വിശാലമായ പറമ്പില്ല. തെങ്ങുകളൊക്കെ മതിലിനുള്ളിലാണ്. ഇല്ലെങ്കിൽ വേണ്ട, വീട്ടിൽ ചെന്നിട്ടാവാം. അത്രയും സമയമൊക്കെ പിടിച്ചുനിർത്താൻ കഴിയും. എല്ലാം സഹിച്ചല്ലേ പറ്റൂ. അല്ലെങ്കിൽ മുല്ലശ്ശേരി കനാലിന്റെ കരയുണ്ടല്ലോ, അച്ഛൻ സ്വയം ആശ്വസിച്ചു.

"നമുക്കിവിടെ കടത്തിണ്ണയിലെങ്ങാനും കഴിച്ചുകൂട്ടാം". അച്ഛൻ പറഞ്ഞു.

"എനിക്കു വിശക്കുന്നു".

"ആളൊഴിഞ്ഞ കടത്തിണ്ണ നോക്കാം".

ചിറ്റൂർ റോഡിലെ അടഞ്ഞുകിടന്ന കടയുടെ തിണ്ണയിൽ അച്ഛനും മകനും ഇരുന്നു. പിഞ്ഞിത്തുടങ്ങിയ കടലാസിനുള്ളിലെ വാഴയിലപ്പൊതി പുറത്തെടുത്ത് നിവർത്തി. ആദ്യം ചമ്മന്തിയുടെ ചുവന്ന നിറംകണ്ടു. അമ്മയുടെ നെഞ്ചിൽ പറ്റിപ്പിടിച്ചുറങ്ങുന്ന കുഞ്ഞിനെപ്പോലെ ഉള്ളിത്തോരൻ ചോറിൽ ലയിച്ചു കിടന്നു. അച്ഛൻ അപ്പോൾ പാർവ്വതിയെ ഓർത്തു. മകൻ മറ്റൊന്നും ചിന്തിക്കാതെ വറ്റ് ഉള്ളിലേക്ക് തട്ടിയെറിഞ്ഞു. അച്ഛൻ ചോറിന്റെ ഒരു ഭാഗം അടർത്തിമാറ്റി, വിശപ്പിന്റെ അഗ്നിയിൽ ഹോമിച്ചു. മകൻ റോഡരുകിലെ നിറഞ്ഞു തുളുമ്പിയ വീപ്പയ്ക്കുള്ളിലേക്ക് ഇല ചുരുട്ടിയെറിഞ്ഞു. പെട്ടെന്ന് ഒരു സ്ത്രീ അവിടെ ഓടിയെത്തി ഇല ചികഞ്ഞുനോക്കി.

"നാറി" അവൾ അലറി. "ഇതിനകത്തൊന്നുമില്ല".

അവളുടെ മുഖത്ത് ചോര പൊടിഞ്ഞിരുന്നു. അവളുടെ ശരീരത്തിന് ഓടയുടെ ഗന്ധമായിരുന്നു. വലിച്ചു ചുറ്റിയ സാരിയിൽ പുള്ളികൾ പോലെ ചോരപ്പാടുകൾ. ശരീരമാകെ കൊതുക് കടിച്ചു പൊട്ടിച്ച പാടുകൾ.

"എച്ചിലില എവിടെയാ ഇടേണ്ടത്?" അവൾ ചോദിച്ചു.

"വീപ്പയിൽ". മകൻ പറഞ്ഞു.

"എടുക്ക് വേഗം എടുക്ക്. എന്നിട്ട് ഓടയിലിട്, വല്യ വല്യ ആളുകളൊക്കെ ഓടയിലാ ഇടുന്നത്. മനസ്സിലായോ?"

"നീയേതാ കൊച്ചേ?" അച്ഛൻ അറപ്പോടെ അവളെ നോക്കി.

"ഞാൻ റാണി. അറബിക്കടലിന്റെ റാണി".

സ്ത്രീ ഉറക്കെ ചിരിച്ചുകൊണ്ട് നടന്നു മറഞ്ഞു.

അച്ഛനും മകനും പ്രഭാതവും പ്രതീക്ഷിച്ച് കടത്തിണ്ണയിൽ കാത്തിരുന്നു. പരശ്ശതം കൊതുകുകൾ മൂളിപ്പാട്ടുമായി അവരുടെ ശരീരത്തിൽ സൂചി കുത്തിയിറക്കി ചോര കവർന്നു. കൊതുകുകളെ ആട്ടിയ കറ്റി അവരുടെ കൈകൾ കുഴഞ്ഞു.

അതിരാവിലെ ഉത്സവത്തിനെത്തിയതുപോലെ കനാലിന്റെ കരയിൽ ആൾക്കൂട്ടം നിറഞ്ഞു. കനാലിന്റെ കരയിലെ വലിയ കെട്ടിടത്തിന് കാവല്ക്കാരുണ്ടായിരുന്നു. കാവല്ക്കാർ പൊലീസുകാരായിരുന്നു.

"പോയി വരട്ടേ അച്ഛാ".

"ശരി മോനേ".

മകൻ ഗേറ്റിനുള്ളിൽ കയറി. അച്ഛൻ നോക്കി നിന്നു. കുറ്റവാളിയെപ്പോലെ മതിലിനു മുന്നിൽ അവർ മകനെ നിർത്തി. വെയിൽ കെട്ടിടത്തിനു മുകളിൽ പരന്നൊഴുകി. വാതിലിൽനിന്നു മാറി നില്ക്കാൻ ആരോ അച്ഛനോട് ആജ്ഞാപിച്ചു. സ്വന്തം മകന്റെ മുഖത്തേക്ക് ഒരു പ്രാവശ്യം കൂടി കണ്ണുകൾ പായിച്ച് അച്ഛൻ കനാലിന്റെ കരയിൽ കാത്തിരുന്നു. കനാലിലെ കരിവെള്ളത്തിൽ വീഴാതെ സൂക്ഷിച്ചുനടക്കണേ എന്ന് ഗേറ്റിനു സമീപം വച്ച് മകൻ അച്ഛനെ ഉപദേശിച്ചു. പൊലീസുകാരെത്തി ആളുകളെ ഒതുക്കി നിർത്തിയപ്പോൾ കനാലിൽ വീഴാതിരിക്കാൻ അച്ഛൻ പാടുപെട്ടു.

"ഒരു ലക്ഷം രൂപാ ഒരാളെ ഏല്പിച്ചിട്ടുണ്ട്. അതുകൊണ്ട് എന്റെ മോന് ജോലി ഷുവറാ."

അച്ഛന്റെ അടുത്തുനിന്ന രുദ്രാക്ഷമാലയണിഞ്ഞ തടിയൻ പറഞ്ഞു. കനാലിലെ കറുത്ത വെള്ളത്തിൽ നുരയുന്ന പരശ്ശതം മുട്ടകളുടെ മാലയിലേക്ക് അച്ഛന്റെ കണ്ണുകൾ വീണു. അവിടെ കൊതുകിന്റെ മുട്ടകൾക്കിടയിൽ മകന്റെ മുഖം തെളിഞ്ഞുവരുന്നതായി അച്ഛനു തോന്നി.

3

മന്ദാരപ്പൂവ്

"എന്താ ഇങ്ങിനെ ആഫീസി ഇരിക്കുന്നെ? എറങ്ങാറായില്ലിയോ?"

ഫോണെടുത്തപ്പോൾ ഭാര്യയുടെ ശബ്ദമാണ് കാതിൽ വന്നു വീണത്. അവളുടെ ശബ്ദത്തിന് നേരിയ ചിലമ്പൽ അനുഭവപ്പെട്ടു. ശബ്ദം വല്ലാതെ വിറച്ചിരുന്നു. അത് പതിവുള്ളതാണ്. പണ്ടു മുതലേ ഫോണിൽ സംസാരിക്കുമ്പോൾ ഒരു തരം പേടിയോ വെപ്രാളമോ അവളെ പിടികൂടിയിരുന്നു. അതുകൊണ്ടുതന്നെ ശബ്ദത്തിലെ അസ്വസ്ഥതയിൽ എനിക്ക് അങ്കലാപ്പുണ്ടായില്ല. സാധാരണ ഭാര്യ ഓഫീസിലേക്ക് വിളിക്കാറില്ല. വിവാഹത്തിന്റെ ആദ്യദിവസങ്ങളിൽത്തന്നെ അങ്ങനെ ഒരു നിയന്ത്രണം നടപ്പിലാക്കാൻ ഞാൻ അവളോട് ആവശ്യപ്പെട്ടിരുന്നു. ഓഫീസിൽ തിരക്കിനിടയിൽ കൊച്ചുവർത്തമാനം പറയാനും സാധാരണ ഭാര്യാഭർത്താക്കന്മാരെപ്പോലെ ശൃംഗരിക്കാനും ചിരിക്കാനുമൊന്നും സമയം കിട്ടാറില്ല. സ്നേഹക്കുറവുകൊണ്ടാണ് അങ്ങനെയൊക്കെ ശാഠ്യം പിടിക്കുന്നതെന്ന് അന്നൊക്കെ അവൾ വിശ്വസിച്ചിരുന്നു. ബോറടി ഒഴിവാക്കാൻ വല്ലപ്പോഴും ഫോൺ ചെയ്യുമെന്നു പറഞ്ഞപ്പോൾ അവളെ ശക്തമായി താക്കീതു ചെയ്തു. എന്തെങ്കിലും ഒഴിച്ചുകൂടാൻ പറ്റാത്ത കാര്യമുണ്ടെങ്കിൽ മാത്രം വിളിച്ചാൽ മതിയെന്ന് ഞാൻ നിർദ്ദേശിച്ചു. എല്ലാം പൊരുത്തപ്പെട്ടുവന്നപ്പോൾ വളരെ അപൂർവ്വമായി മാത്രം ഓഫീസിലേക്കു വിളിക്കാൻ ഭാര്യ ശ്രദ്ധിച്ചു. ജീവിതത്തിൽ എല്ലാ കാര്യത്തിനും ഒരു നിയന്ത്രണം ആവശ്യമാണെന്ന് അവളും സമ്മതിച്ചു.

"എന്റെ ഓഫീസി ഇരിക്കുന്നേന് നിന്റെ അനുവാദം വേണ്ട?"

എന്റെ മറുപടി ഒരല്പം കടുത്തുപോയതായി പറഞ്ഞുകഴിഞ്ഞപ്പോഴാണ് എനിക്കു തോന്നിയത്. ശബ്ദത്തിന് പരുക്കൻ ഛായ വരുത്തിയത് മനഃപൂർവ്വമാണ്. കോപമുണ്ടാക്കുന്ന രീതിയിൽ പലപ്പോഴും അവ

ളോട് സംസാരിക്കാറുണ്ട്. ദേഷ്യം വരുമ്പോൾ മുഖക്കുരുവിൽ വിയർപ്പ് പൊടിയുന്നതും മുഖം ചെമ്പരത്തിപ്പൂപോലെ ചുവന്നുവരുന്നതും കാണാൻ നല്ല രസമാണ്. നേരിട്ടുകാണാൻ കഴിഞ്ഞില്ലെങ്കിലും ഭാവനയിൽ കാണാമല്ലോ! ചിലപ്പോൾ അവിചാരിതമായി അവൾ കരയും. മൂക്കു ചീറ്റി മുറ്റത്തേക്കെറിയും. ചുവന്നുവരുന്ന മൂക്കിന് ചാമ്പയ്ക്കായുടെ നിറം. കുറെയൊക്കെ പൊരുത്തപ്പെട്ട് ജീവിക്കാൻ ശീലിച്ചെങ്കിലും ഓഫീസിലിരിക്കുന്നതിനെ ചോദ്യം ചെയ്യുന്ന രീതിയിൽ സംസാരിച്ചതിനുള്ള മറുപടി പരുക്കനായതും എന്റെ കുറ്റം തന്നെയാണ്. ഉത്തരം കേട്ട് കത്തുന്ന പന്തത്തിൽ എണ്ണവീണപോലെ അവൾ ജ്വലിച്ചിട്ടുണ്ടാവും. അത്രയൊക്കെ ആവശ്യമാണ്. അല്ലെങ്കിൽ തലയിൽ കയറി നിരങ്ങും.

"അച്ഛൻ വീണു".

അവൾ ശബ്ദം താഴ്ത്തി പറഞ്ഞു. ശബ്ദത്തിൽ ദുഃഖവും നിരാശയും നിഴലിച്ചിരുന്നു. അപ്പോൾ അതാണു കാര്യം. പ്രായമായതിനു ശേഷം അച്ഛൻ എത്രയോ തവണ വീണിരിക്കുന്നു. അതിലെന്താണിത്ര പുതുമ? തലയ്ക്ക് ഒരു മന്ദാരം ബാധിച്ചു എന്നാണ് അച്ഛന്റെ പ്രതികരണം. അക്കാര്യം പറയാൻ എന്നെ വിളിക്കേണ്ട ഒരു കാര്യവുമില്ലായിരുന്നു. സമയവും സ്ഥലവുമൊന്നും ബോധക്കേടുണ്ടാവാൻ അച്ഛന് ഒരു കാരണമല്ല. രണ്ടു ദിവസം മുമ്പ് സിറ്റൗട്ടിലിരുന്ന് ചായ കുടിക്കുകയായിരുന്നു അച്ഛൻ. സമയം രാവിലെ ഏഴുമണി. മകരമാസത്തെ തണുപ്പ് ഭൂമിയിൽ തങ്ങിനിന്നിരുന്നു. മുറ്റത്തെ ഗന്ധരാജന്റെ ഇലകളിൽ മഞ്ഞുതുള്ളികൾ പറ്റിപ്പിടിച്ചിരുന്നു. രാത്രിയിൽ പെയ്ത മഴയുടെ തലോടലേറ്റ് തെങ്ങോലകൾക്ക് തെളിച്ചം കൂടിയിട്ടുണ്ട്. ചായ പകുതി തീർന്നപ്പോൾ, കെട്ടുകുതിര ചായുന്നതുപോലെ സ്ലോമോഷനിൽ അച്ഛൻ താഴേക്കു ചരിയുന്നതു കണ്ടു. ഓടിച്ചെന്ന് അച്ഛനെ കയറിപ്പിടിച്ചെങ്കിലും കൈയിൽ നിന്നും വഴുതി മുറ്റത്തെ ചെടിച്ചെട്ടിക്കുള്ളിൽ മുഖമടിച്ചു വീണു. ചെടിച്ചട്ടി പൊട്ടി. ചാണകം കലർന്ന മണ്ണ് പുറത്തേക്ക് അടർന്ന് കഷണങ്ങളായി. അച്ഛന്റെ മുഖത്തല്പം വെള്ളം തളിച്ചപ്പോൾ സ്വിച്ചിട്ടതുപോലെ അച്ഛൻ ചാടിയെഴുന്നേറ്റു.

"തലയ്ക്കൊരു മന്ദാരം" അച്ഛൻ പറഞ്ഞു. "ചായേടെ ബാക്കി എന്ത്യേ?"

സിറ്റൗട്ടിലിരുന്ന് ബാക്കി വന്ന ചായ കുടിക്കുമ്പോൾ അച്ഛന്റെ നോട്ടം മുറ്റത്തെ തെങ്ങിലായിരുന്നു. പുരികത്തിലെ ചെറിയ മുറിവിൽനിന്നും ഒലിച്ചിറങ്ങിയ ചോര കൈകൊണ്ട് തോണ്ടിയെടുത്ത് മുണ്ടിൽ തേച്ചു പിടിപ്പിച്ചിട്ട് അച്ഛൻ എഴുന്നേറ്റു.

"ആ തേങ്ങാക്കുലയൊക്കെ ആരെയെങ്കിലും വിളിച്ച് പിടിച്ചുകെട്ടണം. താഴത്തെ കുലയ്ക്ക് ഒരു ഒത കൊടുക്കണം. അല്ലേൽ വെള്ളയ്ക്കയെല്ലാം പൊഴിയും. തേങ്ങേടെ വെല കൂടിക്കൊണ്ടിരിക്കാ. അതോണ്ട് എത്രയും പിടീന്ന് വേണം".

അച്ഛൻ പറഞ്ഞത് ശരിയാണ്. രണ്ടുമൂന്നു കുലകൾ, മുത്തശ്ശിയുടെ മുലകൾ പോലെ താഴേക്കാണ്. ഓരോ കുലയിലും ഇരുപതിനുമേൽ തേങ്ങായുണ്ട്. തെങ്ങിന് വഹിക്കാവുന്നതിലധികം ഭാരം. പക്ഷേ, ആരോടു പറയാനാണ്?

കേരളത്തിൽ തെങ്ങിൽ കയറാൻ ആളില്ല. പൂട്ടാനും കിളയ്ക്കാനും ഞാറു നടാനും ആളില്ലാത്തതുകൊണ്ട് കണ്ടമെല്ലാം അനാഥമാണ്. കണ്ടത്തിന്റെ അരികു പറ്റി ഒഴുകുന്ന നീർച്ചാലുകൾ വറ്റി. എത്ര കൂലി കൊടുത്താലും ജോലിക്കാരെ കിട്ടാനില്ല. ബംഗാളികൾ ഉള്ളതുകൊണ്ട് ചിലതൊക്കെ നടക്കുന്നതുമാത്രം മിച്ചം.

“സാരമില്ല, കൊഴിയുന്നേൽ കൊഴിയട്ടെ”.

എന്റെ മറുപടി തീരെ ഇഷ്ടമായില്ല എന്ന് അച്ഛന്റെ മുഖത്തെ ഭാവവ്യത്യാസം കൊണ്ട് മനസ്സിലായി. തെറ്റു ചെയ്ത കുട്ടിയെപ്പോലെ കുറേ നേരം അച്ഛൻ മണ്ണിലേക്കു നോക്കിക്കൊണ്ടുനിന്നു. വർഷങ്ങൾക്കുമുമ്പ് കൃഷി ഓഫീസിൽനിന്നും രണ്ടു രൂപയ്ക്ക് അച്ഛൻ കൊണ്ടുവച്ച തെങ്ങാണ്. അന്നുമുതൽ അച്ഛൻ തെങ്ങിൻചുവട്ടിലായിരുന്നു. മക്കളേക്കാൾ വാത്സല്യം അച്ഛന് തെങ്ങിനോടായിരുന്നു. ഉണർന്നെഴുന്നേറ്റാലുടൻ തെങ്ങിൻചുവട്ടിലെത്തും. തെങ്ങോലകളെ തലോടും. പുതിയ തെങ്ങോലകൾ വിരിഞ്ഞിട്ടുണ്ടോ എന്ന് ആകാംക്ഷയോടെ നോക്കും. ചെല്ലിയുടെ ശല്യമുണ്ടോ എന്ന് പരിശോധിക്കും. മരോട്ടിപ്പിണ്ണാക്ക് മണലിൽ കലർത്തി തെങ്ങിന്റെ മണ്ടയിൽ വിതറും. മണൽ ചെല്ലിയുടെ കഴുത്തിലെ വിടവിൽ വീണ് ചാവുമെന്ന് പറഞ്ഞ് ചിരിക്കും. പുതിയ കൂമ്പ് വല്ലതും വരുന്നുണ്ടോ എന്ന് പരിശോധിക്കും. വെള്ളയ്ക്കാ കൊഴിയുന്നുണ്ടെങ്കിൽ ചാണകപ്പൊടി തെങ്ങിൻചുവട്ടിൽ വിതറും. ചൂട്ടും കൊതുമ്പും അഴുകാതെ കാലാകാലങ്ങളിൽ അടർത്തിമാറ്റും. അടർന്ന ഓലമടൽ അവശേഷിപ്പിച്ച തടിയിലെ പാടുകളിൽ തടവിക്കൊണ്ട് അച്ഛൻ നിശ്ശബ്ദനായി നില്ക്കുന്നതുകാണാം. തന്റെ ജീവിതത്തിൽനിന്നും അടർന്നുമാറിയ ഭാര്യയെ ഓർത്തുകൊണ്ട് നഷ്ടപ്പെട്ട ഓരോ ഓലമടലും തെങ്ങിന്റെ അടങ്ങാത്ത ദുഃഖമാണെന്ന് അച്ഛൻ വിചാരിക്കും. തെങ്ങു വളരുംതോറും അച്ഛന്റെ പ്രായവും വളർന്നു. ഇപ്പോൾ തെങ്ങിന് അഞ്ചാൾ പൊക്കമുണ്ട്. ഇനിയും എന്നെങ്കിലും തെങ്ങിൽ കയറാൻ കഴിയുമെന്ന് അച്ഛൻ കരുതുന്നില്ല. അക്കാലം കഴിഞ്ഞുപോയിരിക്കുന്നു.

അച്ഛന്റെ ആദ്യത്തെ വീഴ്ച എട്ടുമാസം മുമ്പാണ്. പതിയാന്റെ കണ്ടത്തിന്റെ കരയിലെ വയലിൽ അച്ഛൻ ബോധം കെട്ടു കിടക്കുന്നതായി എന്റെ ഒരു സുഹൃത്ത് ഓടിവന്നു പറഞ്ഞു. അന്നൊരു വ്യാഴാഴ്ചയായിരുന്നു. ഓഫീസിലേക്കു പോകാനുള്ള തയ്യാറെടുപ്പിലായിരുന്നു ഞാൻ. ബാഗും ചോറും ഭാര്യയെ ഏല്പിച്ചിട്ട് സുഹൃത്തിനോടൊത്ത് കണ്ടത്തിലേക്കോടി. അച്ഛൻ നെല്ലിൻ കുറ്റികൾക്കു മീതേ കമിഴ്ന്നു കിടക്കുന്നത് ദൂരെ നിന്നു കണ്ടു. മൺകട്ടകൾ ഇടയ്ക്കിടെ ഉയർന്നു നിന്നതുകൊണ്ട്

വേഗത്തിൽ ഓടാൻ കഴിഞ്ഞില്ല. അച്ഛന്റെ സമീപം ചെന്ന് കുലുക്കി വിളിച്ചെങ്കിലും ഉണർന്നില്ല. മലർത്തിയിട്ടു നാഡി പിടിച്ചു നോക്കി. ഹൃദയമിടിപ്പുണ്ട്. എന്റെ ശ്വാസം നേരേ വീണു. ഞാൻ സുഹൃത്തിനെ നോക്കി. പേടിക്കാനൊന്നുമില്ല എന്ന അർത്ഥത്തിൽ അയാൾ നോട്ടം കൊണ്ട് ആശ്വസിപ്പിച്ചു. ശിരസ്സറുത്തുമാറ്റിയ നെല്ലിൻ കുറ്റികളുടെ കഴുത്തിൽനിന്നും വെള്ളം പുറത്തേക്കു വീണു. തോട്ടിലെ കുഴിയിൽനിന്നും പ്ലാസ്റ്റിക് കൂടിൽ കയറ്റിയ വെള്ളം അച്ഛന്റെ മുഖത്ത് തളിച്ചു. അച്ഛൻ ചാടി എഴുന്നേറ്റു.

"തലയ്ക്കൊരു മന്ദാരം" അച്ഛൻ പറഞ്ഞു. "നീ ഓഫീസിപ്പോയില്ലിയോ?"

"അച്ഛൻ കണ്ടത്തി കെടക്കുമ്പം ഞാനെങ്ങനാ ഓഫീസി പോന്നെ?"

അച്ഛൻ ചിരിച്ചു കൊച്ചുകുട്ടിയെപ്പോലെ.

"അച്ഛൻ എവിടെപ്പോയതാ?"

"ചന്തേൽ".

"എന്തോയിനാ?"

"വെറ്റ മേടിക്കാൻ"

"ആർക്കാ?"

"കുട്ടിക്കാ"

"ഏതു കുട്ടി?"

"വീട്ടി മുറ്റമടിക്കാൻ വരുന്ന കുട്ടി".

"വെറ്റ വാങ്ങാൻ കുട്ടി അച്ഛനോടു പറഞ്ഞിരുന്നോ?"

"ഇല്ല".

"പിന്നെന്തിനാ പോയേ?"

"കുട്ടിക്ക് മുറുക്കാൻ വെറ്റ വേണ്ടി വരുമെന്നു വിചാരിച്ചു".

"അതു ശരി. വയ്യാത്ത കാലത്ത് പുറത്തെങ്ങും പോകരുതെന്ന് ഞാൻ അച്ഛനോടു പറഞ്ഞിട്ടില്ലിയോ?"

"ഒണ്ട്".

"പിന്നെന്തിനാ പോയേ?"

"എത്ര നേരമാ വെറുതേ ഇങ്ങനെ വീട്ടി ഇരിക്കുന്നെ? ഒരല്പനേരം നടക്കാമെന്നു വിചാരിച്ചു. ഇന്ന് ചന്തയല്ലിയോ? എത്ര നാളായി ചീനിച്ചന്തേം കാച്ചിലുചന്തേം വെറ്റച്ചന്തേം കണ്ടിട്ട്. അതോണ്ടുപോയതാ"

"അച്ഛനിപ്പം എത്ര വയസ്സായി?"

"എഴുപത്തിയെട്ട്"

"ഇനീം പഴയതുപോലെ ചന്തേൽ പോകണമെന്നു വിചാരിച്ചാൽ നടക്കത്തില്ല. മേടിച്ച വെറ്റ എന്ത്യേ?"

"മേടിച്ചാരുന്നു. ഇപ്പോൾ കാണുന്നില്ല".

കുട്ടി എന്നു വിളിക്കുന്ന ലക്ഷ്മിക്കുട്ടി വീട്ടിൽ മുറ്റമടിക്കാൻ വരുന്ന സ്ത്രീയാണ്. പ്രായം എഴുപത്തിരണ്ട്. അവർക്ക് വെറ്റില മുറുക്കുന്ന സ്വഭാ

വമുണ്ട്. അച്ഛനും കുട്ടിയും ചെറുപ്പത്തിൽ കളിക്കൂട്ടുകാരായിരുന്നു. ഒരിക്കൽ 'കുക്കുടു' കളിക്കുമ്പോൾ കുട്ടിയെ അച്ഛൻ വരയ്ക്കുപിന്നിൽ പിടിച്ചു നിർത്തിയതും കുതറി മാറി അച്ഛനേയും വലിച്ചുകൊണ്ട് കളത്തിനു വെളിയിലേക്കു പോയപ്പോൾ തോല്ക്കാതിരിക്കാനായി അച്ഛൻ കെട്ടിപ്പിടിച്ചുനിന്ന കഥ ഭാര്യയോടു പറഞ്ഞു ചിരിക്കുന്ന കുട്ടിയുടെ ശബ്ദം വാതിലിനു മറഞ്ഞുനിന്ന് ഞാൻ കേട്ടിട്ടുണ്ട്. അമ്മയുടെ മരണശേഷം അച്ഛൻ കുട്ടിയോട് കൂടുതൽ അടുപ്പം കാണിക്കുന്നതായി ഭാര്യ ഒരിക്കൽ പറഞ്ഞിരുന്നു.

"അതിനു നിനക്കെന്താ, വയസ്സാൻകാലത്ത് ഇനീം അവരെന്തോ കാണിക്കാനാ. നീ അതൊന്നും ശ്രദ്ധിക്കേണ്ട".

"അല്ല, ഞാമ്പറഞ്ഞെന്നേയുള്ളൂ".

വീടിനടുത്തുതന്നെ വെറ്റില വില്ക്കുന്ന ഒരു കടയുണ്ട്. അവിടെ നിന്നും വാങ്ങി വേണമെങ്കിൽ കുട്ടിക്കു കൊടുക്കാമായിരുന്നു. അതൊന്നുമല്ല സത്യം. സാഹചര്യത്തെളിവുകൾ വച്ചു നോക്കിയാൽ വെറ്റിലയുടെ പേരിൽ അച്ഛന് ചന്ത കാണണം. ചുണ്ണാമ്പു വില്പനക്കാരി കവിൾവെന്ത അഴകമ്മയെ കാണണം. അവളോടു സംസാരിക്കണം.

"എന്തിനാ മടിക്കുന്നെ, അഴകമ്മെ ഇങ്ങു വിളിച്ചോണ്ടുപോര്. ഇവിടെ താമസിപ്പിച്ചോ. രണ്ടു ഭാര്യമാർ അത്ര കൂടുതലൊന്നുമല്ല". മറുപടിയായി അച്ഛന് ചിരി മാത്രം. ഒരുപക്ഷേ, അഴകമ്മയെ കാണാൻ അച്ഛൻ കൊതിച്ചിട്ടുണ്ടാവണം. അഴകമ്മ ഭൂമിയിൽനിന്നും നീണ്ട ഒരു യാത്രയ്ക്കു പോയ വിവരം അച്ഛൻ അറിഞ്ഞിട്ടുണ്ടാവില്ല.

ചെറുപ്പത്തിൽ ചന്തയിൽ പോകാൻ അച്ഛൻ എന്നേയും കൂടെ കൂട്ടി. അച്ഛന്റെ തലയിലെ കുട്ടയിൽ വയണപ്പൂവ് ആയിരുന്നു. അധികം മൂപ്പെത്താത്ത വയണപ്പൂ. വയണമരത്തിൽ കയറി കമ്പ് വെട്ടിയൊടിച്ചിട്ടത് അച്ഛനായിരുന്നു. പൂവ് ഊരിയെടുക്കുന്ന ജോലി എനിക്കും അനിയത്തിക്കും. വയണപ്പൂവിന്റെ കണ്ണ് മുറ്റിയാൽ വില കുറയും. വയണപ്പൂവിൽ നിറയെ ഉറുമ്പായിരുന്നു. ഇലകൾ കൂട്ടിത്തുന്നിയ ഉറുമ്പിൻകൂട് അടർത്തിയെടുത്ത് ഇടവഴിയിൽ കൊണ്ടിട്ട് വയണപ്പൂ ഊരി കുട്ടയിൽ നിറച്ചു. വയണപ്പൂ വിറ്റുകിട്ടിയ വകയിൽ രണ്ടു നെയ്യപ്പം എനിക്കും അനിയത്തിക്കും കിട്ടും. വയണ പൂക്കാൻ തുടങ്ങുമ്പോൾ അനിയത്തി പറയും.

"കൊച്ചേട്ടാ, നെയ്യപ്പം തിന്നാൻ റെഡിയായിക്കോ".

"അച്ഛനിനി ചന്തേലെങ്ങും പോകണ്ട". വീട്ടിലേക്കു നടക്കുമ്പോൾ ഞാൻ പറഞ്ഞു. "ഒന്നാമത് നടക്കാൻ വയ്യ. രണ്ടാമത് തലയ്ക്ക് എപ്പഴാ മന്ദാരം വരുന്നേന്ന് അറിയത്തില്ല. പിന്നെ ബോധക്കേട്. എന്താവശ്യമുണ്ടേലും എന്നോട് പറഞ്ഞാ മതി. കുട്ടിക്കു വെറ്റില വേണേൽ അവരു മേടിച്ചോളും. ബോധം കെട്ടു വല്ലടത്തും വീണാൽ എടുത്തോണ്ടു വരാൻ എപ്പഴും ഞാൻ വീട്ടിലുണ്ടാവണമെന്നില്ല. അതോണ്ട് ഒരു കാരണവശാലും അച്ഛനെ ഇനീം പുറത്തു വിടത്തില്ല, മനസ്സിലായോ?"

അച്ഛൻ തലകുലുക്കി സമ്മതിച്ചു.

"അച്ഛൻ എവിടുന്നാ വീണെ?" ഞാൻ ഫോണിലൂടെ ഭാര്യയോടു ചോദിച്ചു.

"മിറ്റത്തെ തെങ്ങീന്നാ", അവൾ സങ്കടത്തോടെ പറഞ്ഞു. "തേങ്ങാക്കൊലയ്ക്ക് ഒത കൊടുക്കാൻ കേറീതാ. താഴെവീണു."

"അതു സാരമില്ല, തലയ്ക്ക് മന്ദാരം വന്നതാരിക്കും, മുഖത്തല്പം വെള്ളം തളിച്ചാൽ എല്ലാം ശരിയാകും".

"നല്ല കൂത്ത്" ഭാര്യ പൊട്ടിത്തെറിച്ചു. "ഏണി തെറ്റി മതിലിൽ തലയടിച്ചാ വീണത്".

"ഏണി എവിടുന്നാ?"

"ബാലൻ വൈദ്യരുടെ പൈപ്പേണി. തെങ്ങേൽകേറാനാണെന്നു പറഞ്ഞാൽ അവരു കൊടുക്കത്തില്ല. അതോണ്ട് അച്ഛനൊരു കള്ളം പറഞ്ഞു. കൊച്ചാട്ടൻ വരുമ്പം കുളിപ്പൊരേടെ മോളീന്ന് വെള്ളം തൊറന്നു വിടാനാന്നും റബ്ബറിന്റെ ഇല വീണ് ഓവ് അടഞ്ഞിരിക്കുവാന്നും അച്ഛൻ പറഞ്ഞു. അവരതങ്ങു വിശ്വസിച്ചു. ഏണി ഒറ്റയ്ക്കെടുക്കാൻ വയ്യാത്തോണ്ട് റോഡിൽക്കൂടി വലിച്ചിഴച്ചോണ്ടാ വന്നെ. വഴിയിൽ വച്ച് കേശവൻ ചേട്ടനെ കണ്ടപ്പോഴും അച്ഛൻ കള്ളമാ പറഞ്ഞെ. മടലു വെട്ടിയിട്ടു വേണമല്ലോ ഒത കൊടുക്കാൻ. ഏണി തെങ്ങേൽ ചാരി ചരിഞ്ഞുനിന്നു മടലു വെട്ടി. ഏണി സ്ലിപ്പായി കാണണം. താഴെ വീണു. ഇന്ന് കോടിയാട്ട് അമ്പലത്തിൽ മുതിരപ്പറമ്പിലെ ചിറപ്പാരുന്നു. കൊറച്ചു പായസം വച്ച് പിള്ളാറുക്കു കൊടുക്കണമെന്ന് വിദ്യചേച്ചി പറഞ്ഞു. ഞാൻ അങ്ങോട്ടു പോയിരിക്കാരുന്നു. വെച്ചതൊക്കെ ചേച്ചിയാ. ഞാനൊരു സപ്പോർട്ട്. അത്രമാത്രം. തിരിച്ചു വന്നപ്പോൾ നമ്മടെ വെട്ടുകത്തി റോഡി കെടക്കുന്നു. ഇതെങ്ങനെ ഇവിടെവന്നൂന്ന് വിചാരിച്ച് വെട്ടുകത്തിയെടുത്തു. അടുക്കള പൂട്ടീട്ടാ ഞാൻ പോയേ. വെട്ടുകത്തി ഞാനറിയാതെ അച്ഛൻ എടുത്തു വച്ചു കാണും. സംഗതി നേരത്തേ പ്ലാൻ ചെയ്തതാ. രാവിലെ തെങ്ങിന്റെ മണ്ടയ്ക്കു നോക്കി ഒറ്റ നില്പാരുന്നു. മിറ്റത്തെത്തിയപ്പോൾ ഒരു ഏണി തെങ്ങിൻചോട്ടിൽ കെടക്കുന്നു. സൂക്ഷിച്ചു നോക്കിയപ്പോൾ അച്ഛൻ അതിന്റെ കീഴിലൊണ്ട്. അനക്കോം ആവീം ഒന്നുമില്ല. സൂക്ഷിച്ചു നോക്കിയപ്പോൾ മണ്ണിലാകെ ചോര. അച്ഛന്റെ തലേന്ന് ഒരു ചാലു പോലെ ഒഴുകുന്നു. അച്ഛനു ബോധമില്ലാരുന്നു. ഞാൻ കെടന്നു വിളിച്ചു കൂവി. കടേലിരുന്ന സോമൻ ഓടിവന്ന് ആശുപത്രീലാക്കി. തലയ്ക്ക് ഒൻപത് കുത്തിക്കെട്ടുണ്ട്. ഇതുവരെ ബോധം വീണിട്ടില്ല".

"നീ ഇപ്പം എവിടുന്നാ സംസാരിക്കുന്നെ?"

"ആശുപത്രീന്നാ"

"ഏതാശുപത്രി?"

"മദാമ്മേടെ"

"ബോധം വീണിട്ടില്ല. കൂടുതലാന്നാ ഡോക്ടറു പറയുന്നെ. കൊച്ചേ

ട്ടൻ വേഗം വാ''..

''ദേ വരുന്നു''

തെങ്ങ് ചതിക്കില്ല എന്നാണ് അച്ഛൻ പറയുന്നത്. ചെറുപ്പം മുതലേ തെങ്ങിൽ കയറുന്നത് അച്ഛന് ഒരു ഹരമായിരുന്നു. എത്ര ഉയരമുള്ള തെങ്ങിലും കൈകുത്തി നിമിഷങ്ങൾക്കുള്ളിൽ മുകളിലെത്തും. വലിയ തെങ്ങാണെങ്കിൽ മദ്ധ്യഭാഗത്തു കുറേനേരം തടിയിൽ പറ്റിച്ചേർന്നിരിക്കും. ലോകകാര്യങ്ങളൊക്കെ അവിടെയിരുന്നാണ് അദ്ദേഹം ചിന്തിക്കുന്നത്. ഇന്ദിരാഗാന്ധി വെടിയേറ്റു മരിച്ച ദിവസം തെങ്ങിന്റെ മദ്ധ്യഭാഗത്തിരുന്ന് ഇന്ത്യയുടെ ഭാവിയെക്കുറിച്ചാലോചിച്ച് ദുഃഖിതനായ കാര്യം ആളുകൾ പറഞ്ഞുകേട്ടിട്ടുണ്ട്. തെങ്ങിൽനിന്നും താഴെയിറങ്ങാൻ കൂട്ടാക്കിയില്ല. വളരെ നിർബ്ബന്ധിച്ചപ്പോൾ മുകളിലേക്കു കയറാതെ താഴേക്ക് ഇറങ്ങിപ്പോന്നു. ഗഹനമായ വിഷയങ്ങൾ ഭൂമിക്കു മുകളിലിരുന്ന് ചിന്തിക്കുമ്പോൾ അതിനൊരു പോംവഴിയുണ്ടാകുമെന്ന് അച്ഛൻ ഒരിക്കൽ പറയുന്നതു കേട്ടു.

കുറേ വർഷങ്ങൾക്കു മുമ്പ് മുറ്റത്തെ പ്ലാവിൽനിന്നും ചക്കയോടൊപ്പം അച്ഛൻ താഴെ വീണു. ചക്ക എപ്പോഴും പ്ലാവിന്റെ ഏതെങ്കിലും ചില്ലയുടെ തുമ്പിലാണ് ഉണ്ടാകാറ്. അത് പ്ലാവിന്റെ ഒരു തമാശ. വരിക്ക പ്ലാവായിരുന്നു. ഇടതു കൈകൊണ്ട് ചില്ലയിൽ തൂങ്ങി വലതു കൈ ചക്കയുടെ ഞെടുപ്പിൽ അറുത്തു. പൊടുന്നനെ കമ്പ് ഒടിഞ്ഞു. അച്ഛനും ചക്കയും താഴെ. കിളച്ചിട്ട മണ്ണായിരുന്നു. ഒന്നു രണ്ട് മൺകട്ടകൾ ഉടഞ്ഞു. ചുള വേർപെട്ട ചക്കയുമെടുത്ത് കൂളായി അച്ഛൻ വീട്ടിലേക്കു നടന്നു. ഇതു കണ്ട് കരഞ്ഞുകൊണ്ടിരുന്ന അമ്മ ചിരിച്ചു, അച്ഛനും ചിരിച്ചു.

ചെറുപ്പത്തിൽ ഏതു മരത്തിലും അച്ഛൻ കയറുമായിരുന്നു. ആഞ്ഞിലിക്കായ് പഴുക്കുമ്പോൾ അതിരാവിലെ രഹസ്യമായി മരത്തിന്റെ മുകളിലെത്തും. ആദ്യം പഴുത്ത ആഞ്ഞിലിച്ചക്കയുടെ തോട് പതിയെ പൊളിക്കും. കൂഞ്ഞിൽ ക്രമത്തിൽ അടുക്കിവച്ചിരിക്കുന്ന പഴങ്ങൾ കൈകൊണ്ടു തൊടാതെ മുഖം ചേർത്തു വച്ച് നുണഞ്ഞ് കുരു നൂലു പൊട്ടാതെ പുറത്തുവിടും. നേരിയ നൂലിൽ തൂങ്ങിയാടുന്ന കുരു ഓരോന്നായി താഴേക്കു പൊട്ടിച്ചിടും. മഴത്തുള്ളികൾ വീഴുന്നതുപോലെ ഇലകളിൽ തട്ടി ആഞ്ഞിലിക്കാക്കുരുവിന്റെ താഴോട്ടുള്ള യാത്രയുടെ ശബ്ദം കേട്ടാണ് അച്ഛൻ മരത്തിലുണ്ടെന്ന് ഞങ്ങൾ മനസ്സിലാക്കുന്നത്. ഞാനും അനിയത്തിയും ഓടിയെത്തി മരത്തിന്റെ ചുവട്ടിൽ മുകളിലേക്കു നോക്കി നില്ക്കും. കരിയില നിറച്ച കുട്ട റെഡിയാക്കി തലയ്ക്കു മുകളിൽ വയ്ക്കും. മുകളിൽ നിന്നും ലക്ഷ്യം തെറ്റാതെ ആഞ്ഞിലിച്ചക്ക കുട്ടയിൽ വീണു കൊണ്ടിരിക്കും. കരിയിലയ്ക്കുള്ളിൽ മറയുന്ന ചക്ക പുറത്തെടുത്ത് തറയിൽ നിരത്തി വയ്ക്കണം. അച്ഛൻ താഴെ വന്ന് ചക്ക ഓരോരുത്തർക്കായി വിതരണം ചെയ്യും. ഒരെണ്ണം മുത്തശ്ശിക്ക് കൊടുക്കാനും മറക്കില്ല.

ഞാൻ ഓഫീസിൽനിന്നും പുറത്തിറങ്ങി. ബസ്സ്റ്റോപ്പിലേക്ക് അര കിലോമീറ്റർ ദൂരമുണ്ട്. സ്വന്തമായി ഒരു വാഹനം വാങ്ങുന്ന കാര്യം പറഞ്ഞപ്പോൾ അച്ഛൻ തീർത്തും എതിരായിരുന്നു. നടന്നാൽ മതി. നടക്കുന്നതാ നല്ലത്. വണ്ടി ഓടിക്കാനുള്ള മനക്കട്ടി നിനക്കില്ല. ബസിൽ പോയാൽ എന്താണു കുഴപ്പം? അച്ഛൻ പറഞ്ഞത് ഏറക്കുറെ ശരിയാണ്.

ഫോൺ വീണ്ടും ശബ്ദിച്ചു.

"ഹലോ ആരാ?"

"ഞാനാ ഇന്ദിര. അച്ഛൻ ആശുപത്രിയിലാണെന്നുള്ള കാര്യം കൊച്ചേട്ടൻ ഇതേ വരെ അറിഞ്ഞില്ലേ?"

"അറിഞ്ഞു ഞാനങ്ങോട്ടു പോവ്വാ".

"എനിക്കാണേൽ തീരെ സമയമില്ല. ദിലീപേട്ടന് സുഖമില്ല. അല്ലേലും കൊച്ചേട്ടന് അച്ഛനോട് ഒരു സ്നേഹോം ഇല്ല. എല്ലെങ്കി ഇപ്പോ ആശുപത്രി എത്തിയേനെ. അഞ്ചു മണി കഴിഞ്ഞേ എനിക്കു വരാൻ പറ്റൂ".

"അതു മതി. ഞാനിപ്പൊ അങ്ങെത്തും".

അനിയത്തി ഫോൺ ഡിസ്കണക്ടു ചെയ്തു.

ഒരു ഓട്ടോ കടന്നു പോയി. കൈകാണിച്ചെങ്കിലും നിർത്തിയില്ല. എല്ലാവരും തിരക്കിലാണ്. ആർക്കും ഒന്നിനും സമയമില്ല. ഒരു മോട്ടോർ സൈക്കിൾ വരുന്നതു കണ്ടപ്പോൾ കൈ കാണിച്ചു. ഭാഗ്യം കൊണ്ട് അയാൾ നിർത്തി. ഹെൽമെറ്റ് ഉണ്ടായിരുന്നതുകൊണ്ട് മുഖം വ്യക്തമായി കാണാൻ കഴിഞ്ഞില്ല. എവിടേക്കാണ് പോകുന്നതെന്ന് അയാൾ ചോദിച്ചില്ല. ഞാനും മിണ്ടിയില്ല.

മോട്ടോർ സൈക്കിൾ പെട്ടെന്നു നിന്നു. ഓട്ടോയും കാറും മറ്റു വാഹനങ്ങളും മുന്നോട്ടു പോകാൻ കഴിയാതെ നിരത്തിൽ നിരന്നു കിടന്നു. റോഡിൽക്കൂടി ഒരു പ്രകടനം സാവധാനം നീങ്ങുന്നുണ്ടായിരുന്നു. ഏതോ രാഷ്ട്രീയപാർട്ടിയുടെ സംസ്ഥാന സമ്മേളനമാണെന്ന് അറിഞ്ഞതാണ്. ഓർത്തില്ല. എങ്കിൽ മെയിൻ റോഡ് വിട്ട് ഊടുവഴിയിൽക്കൂടി പോകുമായിരുന്നു. പിറകിലും വാഹനങ്ങൾ നിറഞ്ഞു. കൊടികൾ ആകാശത്ത് പറന്നു കളിക്കുന്നുണ്ടായിരുന്നു. ഇരമ്പി വന്ന ഒരു മണൽലോറി വാഹനങ്ങൾക്കിടയിൽ വെപ്രാളം പൂണ്ടു. പ്രകടനക്കാർ റോഡ് തിങ്ങിനിറഞ്ഞാണ് നീങ്ങുന്നത്.

"സാറിനെവിടെയാ പോകേണ്ടത്?"

ഹെൽമെറ്റ് തലയിൽനിന്നും ഊരിയെടുത്ത് മോട്ടോർസൈക്കിളുകാരൻ ചോദിച്ചു. അയാൾ ഒരു ചെറുപ്പക്കാരൻ ആയിരുന്നു. എവിടെയോ കണ്ടു മറന്ന മുഖം.

"മദാമ്മേടെ ആശുപത്രീ, അച്ഛനൊരു ആക്സിഡന്റ്".

"ഇനീം രണ്ടു കിലോമീറ്റർ ദൂരമുണ്ടാവും. നടക്കുന്നതാ ബുദ്ധി".

ഞാൻ പ്രകടനത്തിനുള്ളിലേക്കു കയറി. കൈകൾ ആകാശത്തേക്കെറിഞ്ഞ് മുദ്രാവാക്യങ്ങൾ മുഴക്കി. കൈയിൽ എവിടെ നിന്നോ ഒരു

കൊടി കിട്ടി. കൊടിയുടെ ബലത്തിൽ പ്രകടനക്കാരെ തള്ളി മാറ്റി ഞാൻ മുമ്പോട്ടു കുതിച്ചു. മുന്നോട്ടു നടക്കുന്തോറും ആൾക്കൂട്ടം കനത്തു. അവസാനം നടക്കാൻ കഴിയാതെ ആൾക്കൂട്ടത്തിനിടയിൽ കുരുങ്ങിക്കിടന്നു. എന്റെ കൈയിലെ കൊടി അപ്പോഴും അന്തരീക്ഷത്തിൽ പറന്നുകളിക്കുന്നുണ്ടായിരുന്നു. പകൽ പതിയെ എരിഞ്ഞു തീർന്നുകൊണ്ടിരുന്നു.

ചെളിവെള്ളത്തിൽ കുത്തി നിർത്തിയ ഓലമടലിന്റെ മുഖത്ത്, ഞാറിന്റെ വേരിൽ കുരുങ്ങിയ മണ്ണഴുക്ക് തല്ലിത്തല്ലി അച്ഛൻ വെളുപ്പിച്ചുകൊണ്ടിരിക്കുകയാവും, ഇപ്പോൾ. കണ്ടത്തിലെ ചളിവെള്ളത്തിൽ ഞെട്ടറ്റുവീണ ഒരു മന്ദാരപ്പൂവ് പൊങ്ങിയും താണും നീന്തുന്നുണ്ടാവുമെന്ന് ഞാൻ ആശങ്കപ്പെട്ടു

4

അമ്മക്കിളി

സ്കൂളിൽ നിന്നും വന്നപാടേ പുസ്തകസഞ്ചി മേശപ്പുറത്തേക്ക് എറിഞ്ഞിട്ട് മല്ലിക ഉമ്മറപ്പടിയിൽ സ്ഥലംപിടിച്ചു. രണ്ടാം ശനിയാഴ്ചയുടെ തലേദിവസം വൈകുന്നേരമാണ് അവളുടെ അമ്മ പട്ടണത്തിൽ നിന്നും വരുന്നത്.

ഇന്ന് വെള്ളിയാഴ്ച.

അമ്മ വരും, വരാതിരിക്കില്ല!

വരുമ്പോൾ വിശേഷങ്ങളൊക്കെ പറയണം!

ആൻസിയുടെ അച്ഛൻ പേർഷ്യയിൽനിന്നും വന്നപ്പോൾ കൊണ്ടുവന്ന പല നിലകളുള്ള ഫ്രോക്കിന്റെ കാര്യം, മഞ്ചാടിക്കുരു തരാം, പെൻസിൽ തരാമോ എന്നു വിളിച്ചുചോദിച്ചുകൊണ്ട് സ്കൂളിന്റെ വരാന്തയിൽക്കൂടി നടന്ന നാലാംക്ലാസിലെ സുദേവന്റെ കാര്യം, സ്ലേറ്റുപെൻസിൽ കൊടുത്ത് പകരം മഞ്ചാടിക്കുരു വാങ്ങിയ കാര്യം, മൂന്നാംക്ലാസിലെ ഉമേഷ് ഒന്നാം ക്ലാസിലെ രജനിയെ കല്യാണം കഴിക്കുമെന്ന് ഉറപ്പിച്ചുപറഞ്ഞതും, രജനി കരഞ്ഞതും, ഹെഡ്മാസ്റ്റർ ഇടപെട്ടതും, ഉമേഷിനു രണ്ടു ചൂരൽപഴം ചന്തിയിൽ പകർന്നു നല്കിയതും, രജനിയെ നോക്കി പേടിപ്പിച്ചതും, ഇപ്രാവശ്യത്തെ കലോത്സവത്തിന് 'ആത്മാവിൽ ഒരു ചിത' എന്ന കവിത പദ്യപാരായണത്തിന് തിരഞ്ഞെടുത്തതും, കാണാതെ പഠിക്കുന്നതും...... അങ്ങനെ എന്തൊക്കെ.....

അമ്മ വന്നിരുന്നെങ്കിൽ എല്ലാം പറയാമായിരുന്നു.

അമ്മ വരാതിരിക്കില്ല!

തീർച്ചയായും വരും!

അവൾ ആശ്വസിച്ചു.

മല്ലികയുടെ അമ്മയ്ക്ക് അങ്ങുദൂരെ ഏതോ പട്ടണത്തിലാണ് ജോലി.

രണ്ടാംശനിയാഴ്ചയുടെ തലേദിവസം അമ്മ വീട്ടിലെത്തും. തിങ്കളാഴ്ച രാവിലെ തിരിച്ചുപോകും. രണ്ടുദിവസം മാത്രം അമ്മയോടൊത്തുള്ള ജീവിതം മല്ലികയ്ക്ക് ഉത്സവമാണ്. തിങ്കളാഴ്ച ഉത്സവം കഴിഞ്ഞ അമ്പലപ്പറമ്പുപോലെ മനസ്സ് ശൂന്യമാവും. വീണ്ടും നീണ്ടകാത്തിരിപ്പ്......

സ്കൂളിൽനിന്നും വന്നപ്പോൾതന്നെ മുത്തശ്ശി ശകാരം തുടങ്ങിയിരുന്നു. യൂണിഫോം മാറ്റുന്നില്ല, ഷൂ അഴിച്ചുവയ്ക്കുന്നില്ല, അടുക്കളയിൽ അവൾക്കുവേണ്ടി ഉണ്ടാക്കി വച്ചിരിക്കുന്ന 'ഓട്ടട' കഴിക്കുന്നില്ല, കുളിക്കുന്നില്ല, നിലവിളക്ക് കഴുകുന്നില്ല, കോഴികളൊക്കെ കൂട്ടിൽ കയറിയോ എന്ന് നോക്കുന്നില്ല, വൃശ്ചികമാസത്തിലെ വെള്ളിയാഴ്ചയാണ്; അമ്പലത്തിൽ പോകാൻ തയ്യാറാവുന്നില്ല, ദീപാരാധന തൊഴുതിട്ട് എത്രയും പെട്ടെന്ന് തിരിച്ചുവരണം, നിന്റെ അമ്മ എപ്പഴാ വരുന്നേന്ന് അറിയത്തില്ല എന്നൊക്കെയാണ് മുത്തശ്ശിയുടെ ശകാരം.

എല്ലാം നേരേയാവും മുത്തശ്ശീ......

അമ്മ ഇങ്ങു വന്നോട്ടെ......

റോഡിൽക്കൂടി ഒന്നു രണ്ടു വാഹനങ്ങൾ പൊടിപറത്തി കടന്നുപോയി. അഞ്ചുമണിയാവുമ്പോൾ ക്ഷേത്രത്തിൽനിന്നും ഭക്തിപ്പാട്ടുകൾ കേൾക്കാൻ തുടങ്ങും. അപ്പോൾ വണ്ടിവരുന്ന ശബ്ദം വ്യക്തമാവില്ല. അവൾ മുറ്റത്തിറങ്ങി നിന്നു. ഒരു ബസ് വന്നത് നിർത്താതെ പോയി. മല്ലികയ്ക്ക് അസ്വസ്ഥത കൂടിക്കൂടി വന്നു. പിന്നെ കരയണമെന്നു തോന്നി. അവളുടെ ചുണ്ടുകൾ വിറച്ചു. മുഖം ചുവന്നു. കരച്ചിലടക്കി അവൾ വീണ്ടും റോഡിലേക്കു നോക്കി.

പുറത്ത് വെളിച്ചം വറ്റിത്തുടങ്ങിയിരിക്കുന്നു. ഇരുട്ടിന്റെ കറുത്ത പശുക്കൾ വെളിച്ചത്തിന്റെ പുൽനാമ്പുകളൊക്കെ തിന്നുതീർത്തു. ദൂരെ വയലിൽ ചലിക്കുന്ന പൂക്കൾ വിരിഞ്ഞു. സന്ധ്യ, വയലിൽക്കൂടി നടന്ന് അവളുടെ മുറ്റത്തെത്തി. ആകാശത്തിന്റെ സുഷിരങ്ങളിൽക്കൂടി നക്ഷത്രക്കുഞ്ഞുങ്ങൾ പുറത്തേക്കു തലനീട്ടി. വെളിച്ചം തോട്ടിലെ വെള്ളത്തിൽ ഇല്ലാതായി.

കഴിഞ്ഞ പ്രാവശ്യം അമ്മ വളരെ താമസിച്ചാണ് എത്തിയത്. പട്ടണത്തിൽ ഹർത്താലായിരുന്നു. ആറുമണിക്ക് ഹർത്താൽ തീർന്നതിനുശേഷമാണ് അമ്മ ഓഫീസിൽനിന്നും ഇറങ്ങിയത്. എന്തിനാണീ ഹർത്താൽ? രണ്ടാം ശനിയാഴ്ചയുടെ തലേന്ന് ഒരിക്കലും ഹർത്താലുണ്ടാവരുതേ എന്നവൾ പ്രാർത്ഥിച്ചു. ഒരു ഹർത്താൽ ദിവസം കണക്ക് സാർ വെളുപ്പിനേ കാറിൽപോയതും ആളുകൾ കാറിന്റെ ഗ്ലാസ് എറിഞ്ഞുടച്ചതും സാറിനു പരുക്കുപറ്റിയതും അവൾ ഓർത്തു. ഒരുപക്ഷേ, പട്ടണത്തിൽ ഇന്ന് ഹർത്താലോ മറ്റോ......?

അമ്മയെന്തേ വരാത്തത്?

അമ്മയ്ക്ക് വല്ല അപകടവും......

ഏതോ ഒരു ഞായറാഴ്ച ഉച്ചയ്ക്ക് അമ്മയുടെ മടിയിൽ കിടന്നുകൊണ്ട് കഥ കേൾക്കുന്നതിനിടയിൽ അവൾ ചോദിച്ചു "അമ്മേ, എന്നേ

ക്കൂടി പട്ടണത്തിൽ കൊണ്ടുപോകുമോ? അവിടെ രണ്ടു നിലയുള്ള ബസു ണ്ടെന്ന് ആൻസി പറഞ്ഞു. എനിക്ക് രണ്ടു നിലയുള്ള ബസിൽ കേറണം. വലിയ സ്കൂളിൽ പഠിക്കണം. ഈ മുത്തശ്ശിക്ക് എപ്പോഴും മൂശേട്ടയാ".

അമ്മ മറുപടിയൊന്നും പറഞ്ഞില്ല. വെയിലിൽ പറന്നു നടക്കുന്ന ചിത്രശലഭങ്ങളെ നോക്കി അമ്മ നെടുവീർപ്പിട്ടു. അമ്മ സാവധാനം അവ ളുടെ മുടിയിൽ വിരലോടിച്ചുകൊണ്ടിരുന്നു. അന്നായിരുന്നു അച്ഛനെക്കു റിച്ച് അവൾ ആദ്യമായി അമ്മയോടു ചോദിച്ചത്. എന്റെ അച്ഛൻ ഇപ്പോൾ എവിടെയാണ്? എനിക്ക് അച്ഛനെ കാണണം. അമ്മയുടെ മുഖം ദേഷ്യം കൊണ്ട് വിറച്ചു. മുഖം മ്ലാനമായി. കലിയിളകിയ കടൽപോലെ അമ്മ അവളെ മടിയിൽനിന്നും പുറത്താക്കി. അമ്മയെ തണുപ്പിക്കാനായി അവൾ വിഷയം മാറ്റി.

"അമ്മേ ചെറുകുന്നത്തുകാവിൽ കൊരണ്ടിപ്പഴമുണ്ടെന്ന് ദേവി പറഞ്ഞു. ഒരെണ്ണം പറിച്ചു തരാമോ? കാണാൻ നല്ലതാ. പിന്നെ തിന്നാനും"

"കൊരണ്ടിപ്പഴം തിന്നാൻ കൊള്ളത്തില്ല" അമ്മ പറഞ്ഞു. "ഭംഗി യുള്ള പഴങ്ങളൊന്നും തിന്നാൻ കൊള്ളത്തില്ല. പാമ്പു കൊത്തിയതായി രിക്കും"

"എല്ലാ പഴങ്ങളേയും പാമ്പു കൊത്തുമോ?"

"ഇല്ല"

"പിന്നെന്താ കൊരണ്ടിപ്പഴത്തെ മാത്രം പാമ്പുകൊത്തുന്നെ?"

"കാണാൻ നല്ല രസമായോണ്ടാ"

"പാമ്പു കൊത്തിയാലെന്താ കൊഴപ്പം?"

"പാമ്പിന് വിഷമുണ്ട്"

"അമ്മയെ കാണാൻ നല്ല രസമാണല്ലോ. അപ്പോൾ അമ്മയേയും പാമ്പു കൊത്തുമോ?"

അമ്മയൊന്നും പറഞ്ഞില്ല.

അമ്മയെ പാമ്പു കൊത്തല്ലേ. അവൾ പ്രാർത്ഥിച്ചു.

വയലിലെ ചെറിയ വീട്ടിൽ നിന്നും മുത്തച്ഛൻ റാന്തൽ വിളക്കുമായി പുറത്തിറങ്ങി. ചെറിയ കാറ്റിൽ ദീപം വിറച്ചു. മുത്തച്ഛൻ രാത്രി ഭക്ഷണ ത്തിന് ഇറങ്ങിയതാണ്. മുത്തച്ഛൻ തനിച്ചാണ് താമസിക്കുന്നത്. മുത്ത ശ്ശിയുമായി എന്തോ കാര്യത്തിന് വഴക്കുണ്ടായി. വയലിൽ ഒരു ഓലപ്പുര കെട്ടി താമസിക്കുന്നു. ആഹാരം പുറത്തുനിന്നാണ് കഴിക്കുന്നത്. മുത്ത ച്ഛൻ മുൻകോപിയാണെന്ന് മുത്തശ്ശി എപ്പോഴും പറയും.

" എന്താ, മോളേ, അമ്മ വന്നില്ലേ?"

"ഇല്ല മുത്തച്ഛാ"

"മുത്തശ്ശി......"

"അമ്പലത്തിപ്പോയി"

"അപ്പോൾ, മോളുതനിച്ചാ"

"ങൂം"

“സ്കൂളീന്നു വന്നിട്ടു വല്ലതും കഴിച്ചോ?”

“ഒന്നും കഴിച്ചില്ല. അമ്മ വന്നിട്ടേകഴിക്കൂ. ‘ഓട്ടട’ ഇരിപ്പൊണ്ട്”

“ഇപ്രാവശ്യം ഏതു കവിതയാ?”

“ആത്മാവിൽ ഒരു ചിത”

“ആരെഴുതിയതാ?”

“വയലാർ”

“എല്ലാം പഠിച്ചോ?”

“മിക്കവാറും. അമ്മ വന്നിട്ടു ബാക്കി പഠിക്കണം”

മുത്തച്ഛൻ നടക്കാൻ തുടങ്ങിയപ്പോൾ അവൾ ചോദിച്ചു

“മുത്തച്ഛാ, കാവീന്ന് രണ്ട് കൊരണ്ടിപ്പഴം പറിച്ചു തരാമോ?”

“ഈ ഇരുട്ടത്തോ?” മുത്തച്ഛൻ ചിരിച്ചു. “രാത്രീല് കാവില് കേറിക്കൂടാ”

മുത്തച്ഛൻ നടന്നു തുടങ്ങിയപ്പോൾ അവൾ വിളിച്ചു ചോദിച്ചു

“കൊരണ്ടിപ്പഴമെല്ലാം പാമ്പു കൊത്തിയതാണോ?”

മുത്തച്ഛൻ കേട്ടില്ലെന്നു തോന്നുന്നു.

പാവാട ഒതുക്കി അവൾ വീണ്ടും ഉമ്മറപ്പടിയിലിരുന്ന് റോഡിലേക്കു നോക്കി.

അവസാനത്തെ ബസും നിർത്താതെ കടന്നുപോയി. മല്ലികയുടെ അമ്മ അതിലുണ്ടായിരുന്നില്ല. അവൾ എഴുന്നേറ്റു നിന്നു. അവൾ കരഞ്ഞു കൊണ്ട് ചുറ്റും നോക്കി

അമ്മ ഇനീം വരില്ലേ?

എത്ര ഇരുട്ടിയാലും അമ്മ വരും!

മുത്തശ്ശി അത്താഴമുണ്ണാൻ വിളിച്ചു.

“ഓട്ടട കഴിച്ചില്ല. ചോറെങ്കിലും ഉണ്ണ്. എനിക്കൊന്നു കിടക്കണം”

“അമ്മ വന്നിട്ടുമതി”

“അവളിനീം വരത്തില്ല”

“ആരു പറഞ്ഞു വരത്തില്ലന്ന്. അമ്മ വരും”

“എന്റെ ഭാരം ആർക്കുമറിയില്ല. നിനക്കും നിന്റെ അമ്മയ്ക്കും”

മുത്തശ്ശി മൂക്കു ചീറ്റി മുറ്റത്തേക്കെറിഞ്ഞു. എന്നിട്ടു പറഞ്ഞു

“പെമ്മക്കളെ പെറാനേ പാടില്ല”

കഴിഞ്ഞവർഷം കലോത്സവത്തിന്റെ പരിശീലനത്തിനിടയിൽ താടി വളർത്തിയ ഒരാൾ സ്കൂളിൽവന്ന കാര്യം മല്ലിക ഓർത്തു. ഹെഡ്മാസ്റ്ററുമായി എന്തോ സംസാരിക്കുന്നതു കണ്ടു. സുരഭിസാർ പദ്യപാരായണം പഠിപ്പിക്കുകയായിരുന്നു അപ്പോൾ. അവൾ ആകാംക്ഷയോടെ അയാളെ നോക്കി.

“സാർ, ഞാൻ മല്ലികയെ ഒരു ദിവസത്തേക്ക് കൊണ്ടുപൊയ്ക്കോട്ടെ?” അയാൾ ചോദിച്ചു.

“എന്തായാലും കേസ് നടക്കുകയല്ലേ? കോടതി തീരുമാനിക്കട്ടെ. അധികം താമസിയാതെ വിധി വരും. കുട്ടിയെ ഇവിടെ ചേർത്തത്

അവളുടെ അമ്മയാണ്. അതുകൊണ്ട് പറ്റില്ല" ഹെഡ്മാസ്റ്റർ പറഞ്ഞു.മല്ലിക അയാളെ സ്നേഹത്തോടെ നോക്കി.

(ഒന്നും മനസ്സിലായില്ലെനിക്കപ്പോഴും/ചന്ദനപമ്പരം തേടി നടന്നു ഞാൻ)

പിന്നീടു അയാൾ മല്ലികയുടെ അടുത്തെത്തി. അയാൾ അവളെ തന്റെ ശരീരത്തോടു ചേർത്തുനിർത്തി. അവളുടെ മൂർദ്ധാവിൽ അയാൾ ചുംബിച്ചു. മല്ലികയുടെ കണ്ണുകൾ നനഞ്ഞു. അച്ഛന്റെ സ്നേഹം അവൾ അനുഭവിക്കുകയായിരുന്നു. അവളുടെ ഉച്ചിയിൽ ചൂടുള്ള വെള്ളത്തുള്ളികൾ പതിച്ചു. അയാൾ കർചീഫെടുത്ത് കണ്ണുകൾ തുടയ്ക്കുന്നതു കണ്ടു. അയാൾ സഞ്ചിയിൽനിന്നും ഓറഞ്ച് എടുത്ത് അവൾക്ക് നല്കി. ഓറഞ്ചു വാങ്ങി അവൾ സ്നേഹത്തോടെ അയാളെ നോക്കി.

(ആലപ്പുഴ പോയ് വന്നാലെനിക്കച്ഛൻ/ഓറഞ്ചു കൊണ്ടുത്തരാറുള്ള തോർത്തു ഞാൻ)

"മോൾക്കു എന്നെ പരിചയമുണ്ടോ?"

ഇല്ല എന്ന അർത്ഥത്തിൽ അവൾ തലയാട്ടി.

"മോള് എന്റെ കൂടെ വരുന്നോ?" അയാൾ ചോദിച്ചു. "ഞാനിപ്പോ ഇവിടെ അടുത്താ താമസം. ദേ ആ കനാലുകാണുന്നില്ലേ? കനാലു കഴിഞ്ഞാൽ പാടം. പാടത്തിനക്കരെ, ചെറിയ കുന്നിന്റെ മുകളിൽ. ഞാൻ തനിയേ ഒള്ളു".

മല്ലിക ചിരിച്ചു കൊണ്ടിരുന്നു.

അയാൾ പുറത്തിറങ്ങി.

അവൾക്ക് പിന്നെ ഒന്നും ശ്രദ്ധിക്കാൻ കഴിഞ്ഞില്ല.

അവളുടെ മനസ്സ് വല്ലാതെ കലങ്ങി.

ക്ലാസിലും ശ്രദ്ധിച്ചില്ല.

ഉച്ചയ്ക്കു ശേഷം മലയാളം സാർ എന്തോ ചോദിച്ചപ്പോൾ അവൾ ഒന്നും കേട്ടില്ല. അവളുടെ കേഴ്‌വി നഷ്ടപ്പെട്ടു പോയിരുന്നു. ഒഴപ്പാണെന്നും പറഞ്ഞ് സാർ അവളുടെ കൈവെള്ളയിൽ രണ്ടു പ്രാവശ്യം ചൂരൽ വീശി. പാവാടയ്ക്കുള്ളിൽ കൈ തിരുകി അവൾ അടിയുടെ ചൂടാറ്റി. എന്നിട്ട് കുനിഞ്ഞിരുന്ന് ആരും കാണാതെ കരഞ്ഞു.

"നീ വല്ലതും കഴി. അവളിനീം വരത്തില്ല"

" അമ്മ വന്നിട്ടു മതി"

മുത്തശ്ശിയുടെ കട്ടിലിനു താഴെ, തഴപ്പായിൽ ഉറക്കം വരാതെ അവൾ നൊമ്പരപ്പെട്ടു.

(നൊമ്പരം കൊണ്ടു വിതുമ്പി ഞാനെൻ/കളിപ്പമ്പരം കാണാതിരുന്നതു കാരണം)

പിറ്റേന്ന് പത്തുമണിയോടെ മല്ലികയുടെ അമ്മയെത്തി. കരഞ്ഞു കലങ്ങിയ കണ്ണുകളുമായി മല്ലിക അപ്പോഴും ഉമ്മറപ്പടിയിലുണ്ടായിരുന്നു. അമ്മ വളരെ സാവധാനത്തിലാണ് നടന്നത്. ഒരുപക്ഷേ, തന്നെ പട്ടണത്തിൽ കൊണ്ടുപോകാനായിരിക്കും അമ്മ ഇത്രയും താമസിച്ചത്.

ഇനിയും മുത്തശ്ശിയുടെ കൂടെ കഴിയാൻ വയ്യ. അവൾ ഓടി അമ്മയുടെ സാരിയിൽ കയറിപിടിച്ചു. ഉള്ളിൽ നിന്നും പൊട്ടി പുറത്തു ചാടാൻ ശ്രമിച്ച കരച്ചിൽ ഒരു വിധം പണിപ്പെട്ട് ഒതുക്കി.

"അമ്മേ, ഞങ്ങടെ ക്ലാസിൽ പഠിക്കുന്ന ആൻസിയുടെ അച്ഛൻ........."

അവൾ പറഞ്ഞതൊന്നും മല്ലികയുടെ അമ്മ ശ്രദ്ധിച്ചില്ല. അവളെ വാരിയെടുത്തില്ല. ഉമ്മ വച്ചില്ല. സാരിയിൽനിന്ന് മല്ലികയുടെ കൈകൾ എടുത്തുമാറ്റി, അവർ വീടിനുള്ളിലേക്ക് കയറിപ്പോയി. മല്ലികയ്ക്ക് സഹിക്കാൻ കഴിയുന്നതിനപ്പുറമായിരുന്നു അമ്മയുടെ പ്രവൃത്തി.

പെട്ടെന്ന്, വീടിനുള്ളിൽ നിന്നും മുത്തശ്ശി ഉറക്കെ കരയുന്നതു കേട്ടു.

"ഇനീം എന്റെ കുഞ്ഞിനാരുണ്ട്"

മുത്തശ്ശി ഉറക്കെപ്പറഞ്ഞു. മല്ലികയ്ക്കു ഒന്നും മനസ്സിലായില്ല. അമ്മയ്ക്ക് വല്ല അപകടവും....കാണാൻ കൊള്ളാവുന്ന പഴമൊക്കെ പാമ്പു കൊത്തും. അപ്പോൾ അമ്മയേയും....

"മല്ലികേ?" മല്ലികയുടെ അമ്മ മുറ്റത്തിറങ്ങി.

"ഞാനിനി എല്ലാമാസവും വരത്തില്ല. മോള് വിഷമിക്കരുത്. എല്ലാം മുത്തശ്ശിയോടു പറഞ്ഞിട്ടുണ്ട്. അമ്മയ്ക്ക് ധൃതിയുണ്ട്."

മല്ലികയുടെ അമ്മ നടന്നുതുടങ്ങി. അവളുടെ കണ്ണിൽനിന്നും കണ്ണീർ താഴേക്ക് ഒഴുകി.

പുള്ളിപ്പാവാട ഉയർത്തി അവൾ മുഖം തുടച്ചു. കൺമഷി മുഖമാകെ പടർന്നു. മുത്തശ്ശി ഉച്ചത്തിൽ കരയുന്നുണ്ട്. എന്തോ സംഭവിച്ചിരിക്കുന്നു.

"മുത്തശ്ശിയെന്തിനാ കരയുന്നെ?"

മല്ലിക മുത്തശ്ശിയുടെ കട്ടിലിനു സമീപം ചെന്നു ചോദിച്ചു.

"അസത്തുകളെല്ലാം എന്റെ മുമ്പീന്ന് പൊയ്ക്കോണം"

മുത്തശ്ശി അലറി. മല്ലിക മുറിയിൽനിന്ന് ഭയന്നു വിറച്ച് പുറത്തിറങ്ങി. അവൾ മുഖം കഴുകി. കണ്ണീർ വെള്ളത്തിലലിഞ്ഞ് ഇല്ലാതായി.

ചെറുകുന്നത്ത്കാവിൽ കൊരണ്ടിപ്പഴമുണ്ടാകും. മുത്തശ്ശി കട്ടിലിൽ കിടക്കുകയാണ്. ഇപ്പോൾ പോയാൽ മുത്തശ്ശി അറിയില്ല. അവൾ വിചാരിച്ചു. എത്ര നാളായി കൊരണ്ടിപ്പഴം തിന്നാൻ കൊതിക്കുന്നു. ശബ്ദമുണ്ടാക്കാതെ പുസ്തക സഞ്ചി തോളിൽ തൂക്കി. കൊരണ്ടിപ്പഴത്തിന് നല്ല രുചിയാണെന്ന് ദേവി പറഞ്ഞല്ലോ! എല്ലാപ്പഴങ്ങളും പാമ്പ് കൊത്തിയതായിരിക്കുമെന്നല്ലേ അമ്മ പറഞ്ഞത്. ശരിയാവാൻ വഴിയില്ല. ഇന്നു ഞാൻ കൊരണ്ടിപ്പഴം തിന്നും. അവൾ മനസ്സിലുറച്ചു. കുറേ നടന്നപ്പോൾ വഴി രണ്ടായിപിരിഞ്ഞു ഒന്ന് ചെറുകുന്നത്ത് കാവിലേക്ക്. മറ്റൊന്ന് കനാലിന്റെ കരയിലേക്ക്. കനാലുകഴിഞ്ഞാൽ പാടം. പാടത്തിന്നക്കരെ ചെറിയകുന്നിന്റെ മുകളിൽ... താടി വളർത്തിയ വെളുത്തു മെലിഞ്ഞ ആൾ. അവൾ ദൂരേക്കുനോക്കി. ഒന്നും കാണാൻ കഴിഞ്ഞില്ല. കനാൽക്കരയിലെത്തിയാൽ ഒരുപക്ഷേ, വീടുകാണാൻ കഴിഞ്ഞേക്കും. അത് പിന്നീടാവാം. ആദ്യം കൊരണ്ടിപ്പഴം തിന്നുക. അവൾ കാവിനുള്ളിൽ കയറി. ചൂരൽ മുള്ളുകൾ അവളുടെ മുഖത്തും ശരീരത്തിലും മുറിവുകളുണ്ടാക്കി.

കുന്നിക്കുരുപോലെ രക്തത്തുള്ളികൾ കാവിനുള്ളിൽ വീണു. അവൾക്ക് വേദന തോന്നിയില്ല. അതാ, കൊരണ്ടിപ്പഴം അവൾ ഒന്നൊന്നായി പറിച്ചെടുത്തു സഞ്ചിക്കുള്ളിൽ തിരുകി. എന്നിട്ട്, കനാലിന്റെ കരയിലേക്കു നടന്നു. കനാൽ പാലത്തിന്റെ മുകളിൽ അവൾ കയറി നിന്നു. ഒരല്പം ദൂരെ കുന്നിന്റെ മുകളിലെ ചെറിയവീട് അവൾ കണ്ടു. കൊരണ്ടിപ്പഴമെല്ലാം വായിലിട്ടു നുണഞ്ഞിട്ടു പുസ്തകസഞ്ചി അവൾ കനാലിലെ വെള്ളത്തിലേക്കിട്ടു. ഒരല്പ ദൂരം സഞ്ചരിച്ചിട്ടു പുസ്തകസഞ്ചി നിലയില്ലാത്ത വെള്ളത്തിൽ താഴ്ന്നു. അപ്പോൾ ആകാശത്ത് കത്തിനിന്ന സൂര്യൻ കനാൽ വെള്ളത്തിൽ വീണ് പല കഷണങ്ങളായി നുറുങ്ങി ജലത്തോടൊത്ത് ഒഴുകി. അവൾ കനാൽപ്പാലത്തിൽനിന്ന് കുന്നിൻ മുകളിലെ ചെറിയ വീട്ടിലേക്ക് വീണ്ടും നോക്കി. അവിടെയാണ് താടി വളർത്തിയ അയാളുടെ വീട്. അവൾ നടക്കാൻ തുടങ്ങി. പെട്ടെന്ന് ഒഴുകുന്ന വെള്ളത്തിൽ, പരൽ മീനുകളുടെ വലയങ്ങളിൽ അവളുടെ കാലുകൾ സ്പർശിച്ചു.

5

ഡബിൾ വിഷൻ

മുറ്റത്തെ കിണറിനു മൂടിയില്ല. രവീന്ദ്രനാഥ ടാഗോറിന്റെ മുഖം പോലെ മുന്നണിപ്പച്ച കീഴടക്കിയ മുകൾഭാഗം. പണ്ടെങ്ങോ മണ്ണുവാരി പൊത്തിയുണ്ടാക്കിയ തിട്ട, നിരന്തരം പെയ്ത മഴ കാർന്നു തിന്നതിനു ശേഷമുള്ള ഭാഗത്ത് ഉപ്പനച്ചയും തൊട്ടാവാടിയും പരസ്പരം പുണർന്നു കിടന്നു. കുറുകെ ഇട്ടിരിക്കുന്ന പാലം, വിളയാത്ത തെങ്ങായതുകൊണ്ട് ഉള്ളിലാകെ മണ്ണാണ്. ചവുട്ടിയാൽ പുതയും. എപ്പോൾ വേണമെങ്കിലും പാലം ഒടിയാം. കപ്പി ഉറപ്പിച്ചിരിക്കുന്നത് ഈ തെങ്ങിലാണ്. വെള്ളം തുള്ളി തുള്ളി മുകളിലേക്കു വരുമ്പോൾ മുത്തശ്ശിയുടെ പല്ലുപോലെ കപ്പി നൃത്തം ചെയ്യാൻ തുടങ്ങും. പാലം തകർന്ന് എപ്പോൾ വേണമെങ്കിലും കപ്പി കിണറ്റിൽ വീഴാം. ആഴമേറിയ കിണറാണ്. പതിനാറ് തൊടിയും പാളക്കുഴിയും. പകൽ സമയത്തുപോലും കിണറ്റിലെ വെള്ളം കാണാൻ കഴിയില്ല. നട്ടുച്ചയ്ക്ക് സൂര്യപ്രകാശം നേരേ വീഴുമ്പോൾ മാത്രം അടിയിൽ കണ്ണാടികഷണങ്ങൾ അനങ്ങുന്നതു കാണാം. പ്രാണൻ പണയപ്പെടുത്തിയാണ് അവൾ ദിവസവും വെള്ളം കോരുന്നത്. പുതിയ പാലമിട്ട് കപ്പി ഉറപ്പിച്ചു തരാമെന്നുള്ള ദിനേശന്റെ വാഗ്ദാനം ഇപ്പോഴും കടലാസിൽ മാത്രം. ബക്കറ്റിൽ തുണിയുമായി കിണറ്റിൻ കരയിൽ നില്ക്കുമ്പോൾ ഒരു നിശ്വാസം ഉള്ളിൽനിന്നും പുറത്തേക്ക് തെറിച്ചത് ഗോമതി അറിഞ്ഞില്ല. കിണറിനു സമീപം നാട്ടിയിരുന്ന കാപ്പിക്കമ്പിൽ കമഴ്ത്തി വച്ചിരുന്ന തൊട്ടിയെടുത്ത് കിണറ്റിലേക്കിടാൻ തുടങ്ങുമ്പോൾ, ദൂരെ ചെമ്മൺപാതയിലൂടെ ധൃതിയിൽ നടന്നുവരുന്ന ദിനേശനെ അവൾ കണ്ടു. നടത്തയ്ക്ക് ഒരു 'ജഗദീഷ്യൻ' സ്റ്റൈൽ ഉണ്ടായിരുന്നു. അവൾ അതിശയത്തോടെ ആകാശത്തേക്ക് നോക്കി. കാക്ക വല്ലതും മലർന്നു പറക്കുന്നുണ്ടോ? ഇത് പതിവില്ലാത്തതാണ്. ഇത്ര നേരത്തെ വീട്ടിലെ

ത്തിയ ചരിത്രം ദിനേശന്റെ പുസ്തകശേഖരത്തിലില്ല. സ്കൂൾ വിട്ടാൽ അയാൾ നേരെ പോകുന്നത് സുദേവന്റെ മുറുക്കാൻ കടയിലേക്കാണ്. വെറ്റില ചവച്ച്, പുകയില ചിറിയിൽ തുടച്ച്, വായിലേക്കിട്ട്, നീട്ടിത്തുപ്പി, റോഡിലൂടെ പോകുന്ന വാഹനങ്ങളേയും യാത്രക്കാരേയും ശ്രദ്ധിച്ച് അര മണിക്കൂർ കാത്തിരിപ്പ്. തുടർന്ന് ക്ഷേത്രത്തിനു മുന്നിലെ ആൽമരത്തിനു ചുറ്റും കെട്ടിയുയർത്തിയ തിട്ടയിലിരുന്ന് വെടിവഴിപാട്. നടയടച്ച് പൂജാരി വീട്ടിലേക്കു തിരിക്കുമ്പോൾ മാത്രം ചന്തിക്കു പറ്റിയ മൺതരി തട്ടിക്കുടഞ്ഞ് ദിനേശനും വീട്ടിലേക്ക്. ഇപ്പോഴാണെങ്കിൽ സ്കൂളിൽ കലോത്സവം നടക്കുന്ന സമയം. ഫുഡ് കമ്മറ്റിയുടെ കൺവീനറാണെന്ന് ഒരാഴ്ച മുമ്പ് ദിനേശൻ പറഞ്ഞിരുന്നു. അപ്പോൾ കുറേദിവസം വീട്ടിലേക്കില്ല എന്ന് പകുതി ആത്മഗതമായും പകുതി തമാശയായും പറഞ്ഞപ്പോൾ ദിനേശൻ ചിരിക്കുകമാത്രം ചെയ്തു. രണ്ടായിരത്തോളം കുട്ടികൾ പങ്കെടുക്കുന്ന ഉത്സവമാണ്. ഫുഡ് കമ്മിറ്റിയുടെ ഭാരിച്ച ഉത്തരവാദിത്വമാണ് ദിനേശന്. രാത്രി പന്ത്രണ്ടു മണികഴിഞ്ഞേ മെസിന്റെ വാതിലുകൾ അടയ്ക്കാൻ കഴിയൂ. അപ്പോൾതന്നെ പ്രഭാതഭക്ഷണത്തിനുള്ള ഒരുക്കങ്ങൾ തുടങ്ങണം. ദിനേശൻ വീട്ടിലേക്കുവരാനുള്ള സാദ്ധ്യത തീരെയില്ല എന്ന് അവൾ ഉറപ്പിച്ചിരുന്നു.

പണ്ട് ഗോമതിയും കലോത്സവത്തിൽ പങ്കെടുത്തിട്ടുണ്ട്. അവളന്ന് രണ്ടാം ക്ലാസിൽ പഠിക്കുകയായിരുന്നു. ചെലവൊന്നുമില്ലാത്ത പദ്യപാരായണത്തിനാണ് അവൾ ചേർന്നത്. സുഗതകുമാരിയുടെ 'കാടാണ്' എന്ന ചെറിയ കവിത കാണാതെപഠിച്ച് ചൊല്ലി. കടമ്പിന്റെ കൊമ്പിൽ കാല് തൂക്കിയിട്ട രാധയുടെ മനോഹരമായ പാദത്തിൽ കോലരക്കുകൊണ്ട് ചിത്രം വരയ്ക്കുന്ന കണ്ണനെക്കുറിച്ചുള്ള കവിത. മുപ്പത്തിയഞ്ചു കുട്ടികൾ മത്സരിച്ചതിൽ ഗോമതിക്ക് മുപ്പത്തിരണ്ടാംസ്ഥാനം. ഹെഡ്മാസ്റ്ററും മറ്റ് അദ്ധ്യാപകരും ചിരിച്ചു. വാക്കുകൾ കൂട്ടിച്ചൊല്ലാൻ അറിയാത്ത കുട്ടിക്ക് സമ്മാനമോ? പിന്നെ ഗോമതി ഒരു മത്സരത്തിനും പങ്കെടുത്തില്ല.

ദിനേശൻ ഗോമതിയുടെ മുന്നിലെത്തി.

“എന്താ, കലോത്സവമൊക്കെ കഴിഞ്ഞോ?”

“ഇല്ല, ഞാനല്പം നേരത്തെ പോന്നു, മെസിന്റെ ഉത്തരവാദിത്തം ചേരിക്കലെ സോമൻസാറിനെ ഏല്പിച്ചു”.

“എന്ത്വാ ഇത്ര അർജൻസി?”

“നമുക്കിന്നൊരു സിനിമയ്ക്കു പോകാം”.

ഗോമതി ഞെട്ടി. അവളുടെ ഞെട്ടൽ കാറ്റിൽ കലർന്നു. കാറ്റ് മുറ്റത്തെ പേരമരത്തിൽ കുരുങ്ങി. ഇലകൾ ചലിച്ചു. ഗോമതിയുടെ ശരീരം വിറച്ചു. എന്തോ സംഭവിക്കാൻ പോകുന്നു. തലയ്ക്കടിയേറ്റ താറാവിനെപ്പോലെ അവൾ ഒരു ശബ്ദം പുറപ്പെടുവിച്ചു. അതോ ഒരു നിമിഷത്തേക്ക് സൈറൺ കൂവിയതോ? അവൾ വീണ്ടും ആകാശത്തേക്കു നോക്കി. കാക്ക വല്ലതും...... വിവാഹത്തിന്റെ ആദ്യ ആഴ്ചയിൽ ഒരു സിനിമയ്ക്ക് പോയതാണ്. കാറ്റത്തെ കിളിക്കൂട്. ഗോപിച്ചേട്ടനും ശ്രീവിദ്യയും

തകർത്ത് അഭിനയിച്ച പടം. കലങ്ങിമറിഞ്ഞ അവരുടെ ജീവിതം കണ്ട പ്പോൾ സ്വന്തം അനുഭവത്തിൽ അങ്ങനെയൊന്നും ഉണ്ടാവരുതേയെന്ന് ഗോമതി പ്രാർത്ഥിച്ചു. പിന്നീട് പലപ്രാവശ്യം ഒരു സിനിമയ്ക്കുപോകുന്ന കാര്യം പറഞ്ഞപ്പോൾ ദിനേശൻ ഒഴിഞ്ഞുമാറുകയാണുണ്ടായത്. ഇപ്പോൾ ഇങ്ങനെ, അതും കലോത്സവം നടക്കുമ്പോൾ, ഒരു ചിന്ത ഉണ്ടാ വാനുള്ള കാരണത്തെക്കുറിച്ച് ആലോചിച്ച് അവൾ വലഞ്ഞു. ഏതാ യാലും സിനിമയ്ക്കു പോകുകതന്നെ! ദിനേശൻ മുറിക്കുള്ളിൽ കയറി കട്ടിലിൽ കിടന്നു.

അശ്വതിയും ആരതിയും മുറ്റത്ത് 'ചക്കു' കളിക്കുകയായിരുന്നു. ദിനേ ശൻ വന്നതും സിനിമയ്ക്ക് പോകാമെന്നു പറഞ്ഞതും അശ്വതി അറി ഞ്ഞതേയില്ല. മുറ്റത്തു വരച്ചിട്ട കളത്തിലായിരുന്നു അവളുടെ ശ്രദ്ധ മുഴുവൻ. തലയ്ക്കു മുകളിലെ 'ചക്ക്' ഓടുമ്പോൾ വീഴാതെ നോക്കണം. കളത്തിലെ വരകളിൽ കാല് സ്പർശിക്കാൻ പാടില്ല. വളരെ ശ്രദ്ധയോടെ ചെയ്യേണ്ട കളിയാണ് 'ചക്ക്' കളി. അവൾ ഒറ്റക്കാലിൽ ഓടിക്കൊണ്ടി രുന്നു. തലയിലിരുന്ന 'ചക്ക്' കളത്തിനു വെളിയിലിടാൻ തലകുനിച്ചപ്പോ ഴാണ് അവൾ ഗോമതിയെ കണ്ടത്.

അവൾ ഓടി അമ്മയുടെ സമീപത്തെത്തി

"വേഗം കുളിക്ക്, നമുക്കിന്നൊരു സിനിമയ്ക്കുപോകാം"

"ആരു പറഞ്ഞു"

"അച്ഛൻ"

"അച്ഛൻ വന്നോ?"

"വന്നു"

"എന്നിട്ടെന്ത്യേ?"

"പെരേലൊണ്ട്"

"ഏതു സിനിമയാ?"

"അറിയില്ല"

"അമ്മേ, ആരതിയെക്കൂടി കൊണ്ടുപോവാം"

"അതുവേണ്ട, ആരതിയുടെ അച്ഛൻ വഴക്കുപറയും"

"ഇല്ല"

"എന്നാലും വേണ്ട. നാളെ സിനിമാക്കഥ പറഞ്ഞാൽമതി".

മകളെ ചുവന്ന ഫ്രോക്ക് ധരിപ്പിക്കാമെന്ന് ഗോമതി വിചാരിച്ചു. കഴി ഞ്ഞവർഷം സ്കൂൾ തുറന്നപ്പോൾ വാങ്ങിയതാണ്. പല നിലകളുള്ള ഫ്രോക്ക്. ഏഴംകുളം ക്ഷേത്രത്തിലെ ഉത്സവത്തിനു പോകാൻ ചുവന്ന ഫ്രോക്കുതന്നെ വേണമെന്ന് അശ്വതി വാശിപിടിച്ചതാണ്. നിനച്ചിരി ക്കാതെ പെയ്തമഴയിൽ അമ്പലപ്പറമ്പും വയലും ചെളിക്കളമായതുകാ രണം അന്ന് ക്ഷേത്രത്തിൽ കെട്ടുകാഴ്ച കാണാൻ പോയില്ല. ഊട്ടുപുര യുടെ ഉള്ളിലും വെള്ളം കയറി. കെട്ടുകുതിരകൾ എഴുന്നള്ളിക്കാൻ കഴി യാതെ ചെളിക്കണ്ടത്തിൽ തന്നെ കിടന്നു. തൂക്കിലും വെള്ളയിലും വെള്ളം കുതിർന്ന് ഭാരം ഇരട്ടിയായി. കണ്ടത്തിൽ പുതഞ്ഞ കാലുകൾ

വലിച്ചൂരിയെടുക്കാൻ ആളുകൾ പ്രയാസപ്പെട്ടു. കെട്ടുകുതിരയുടെ കനമുള്ള കാലുകൾ ഒരടിയോളം കണ്ടത്തിൽ താഴ്ന്നു. അതുകൊണ്ട് കുതിരയെടുപ്പ് നടന്നില്ല. ദേവി ഏറെനേരം മണ്ഡപത്തറയിൽ കാത്തിരുന്നു. സന്ധ്യയോടെ ക്ഷേത്രത്തിനുള്ളിലേക്ക് എഴുന്നള്ളി.

"പോകാതിരുന്നത് നന്നായി. കണ്ടത്തിലിറങ്ങാതെ ദേവി തിരിച്ചുപോയി" ക്ഷേത്രത്തിൽനിന്നും തിരിച്ചുവന്ന ദിനേശൻ പറഞ്ഞു.

ഈയിടെ വാങ്ങിയ ചുവന്നനിറമുള്ള കോട്ടൺ സാരിയുടുക്കാമെന്ന് ഗോമതി ചിന്തിച്ചു. ചുവപ്പിന് ഒരു അഴകുണ്ട്. വളരെ നാളുകൾക്കു ശേഷം വീണുകിട്ടിയ അവസരമാണ്. ശരിക്കും മുതലാക്കണം. ചോരയോട്ടമുള്ള പ്രായത്തിൽ ചുവപ്പിൽ ഭ്രമിക്കാത്ത സ്ത്രീകളുണ്ടോ? ഭർത്താവുമൊത്തുള്ള യാത്രയ്ക്ക് പറഞ്ഞറിയിക്കാനാവാത്ത സുഖമുള്ളതായി ഗോമതിക്കു തോന്നി. വളരെ ശ്രദ്ധിച്ചുതന്നെ അവൾ സാരിയുടുത്തു. കാതിൽ ചുവന്ന കല്ലിന്റെ കമ്മൽ. കല്യാണദിവസം അമ്മിണിച്ചേച്ചി വാങ്ങിക്കൊടുത്തതാണ്. സ്വർണ്ണമല്ല. എങ്കിലും അഴകുണ്ട്. പുറത്തുകാണുന്ന ഭംഗിയല്ലേ പ്രധാനം? അകത്ത് എന്തായാലെന്താ? ചുവന്ന സാരി, ചുവന്ന പൊട്ട്, ചുവന്ന കല്ലുള്ള കമ്മൽ.

ദിനേശൻ കട്ടിലിൽ ചരിഞ്ഞുകിടക്കുന്നു. അവൾ ജനൽ തുറന്നിട്ടു. പകൽ സമയങ്ങളിൽ ദിനേശൻ അങ്ങനെ കിടക്കാറില്ല. എപ്പോഴും ശാന്തമായ സ്വഭാവം. അവൾ ദിനേശന്റെ സമീപം ചെന്നു. അവൾ അവന്റെ കൈകൾ മുറുകെ പിടിച്ചു. കൈയ് വിയർത്തിരിക്കുന്നു.

"എന്താ, എന്തുപറ്റി?"

"പഴയ അസുഖം വീണ്ടും"

"അപ്പോൾ സിനിമാപരിപാടി ക്യാൻസൽ ചെയ്യാം"

"അതുവേണ്ട"

മുമ്പൊരിക്കൽ ഉച്ചസമയത്ത് ഇതുപോലെ ദിനേശൻ വീട്ടിൽ വന്നതും ഡോക്ടറുടെ അടുത്തു പോയതും ഗോമതി ഓർമ്മിച്ചു. അവളുടെ മുഖത്ത് പരിഭ്രമത്തിന്റെ കടന്നലുകൾ ഇളകി. ആറുമാസം മുമ്പാണ്. ഏതു വസ്തുവിനെ നോക്കിയാലും രണ്ടായി കാണുന്നു. റോഡ് രണ്ട്, ഇലക്ട്രിക്പോസ്റ്റ് രണ്ട്. വിളക്കുകൾ രണ്ട്, ക്ലാസിൽ നില്ക്കുമ്പോൾ ബ്ലാക്ക്ബോർഡ് രണ്ട്, ഹെഡ്മാസ്റ്റർ രണ്ട്. അവൾ ദിനേശന്റെ നനഞ്ഞ കൈകൾ മടിയിൽ വച്ച് സാവധാനം തലോടി. ദിനേശന്റെ നീട്ടിയ കൈകളിൽ പിടിച്ചുകൊണ്ട് അവൾ കണ്ണുഡോക്ടറെ കാണാൻ പട്ടണത്തിലേക്കു പോയി.

"രണ്ടു കണ്ണുകൾക്കും ഫോക്കസിങ് ഫ്യൂഷൻ രണ്ടാണ്" ഡോക്ടർ പറഞ്ഞു. അയാൾ വെളുത്തുമെലിഞ്ഞ ഒരു ചെറുപ്പക്കാരനായിരുന്നു. കൊക്കിന്റെ കാലുപോലെ നീണ്ട കാലുകൾ പെറുക്കിവച്ച് അയാൾ കൂട്ടിലടച്ച കുരങ്ങിനേപ്പോലെ സാവധാനം നടന്നു.

"ഒരു കണ്ണിന്റെ വിഷൻ മറ്റേ കണ്ണിന്റെ വിഷനുമായി ചേരാത്തതാണ് ഇവിടുത്തെ പ്രശ്നം. രണ്ടുഫോക്കൽ പവറുള്ള കണ്ണട വേണമെങ്കിൽ

ഉപയോഗിക്കാം. നിർബ്ബന്ധമില്ല. റെറ്റിനയിലേക്ക് പ്രകാശം കൊണ്ടുവരുന്ന ഞരമ്പിന്റെ വ്യത്യാസംകൊണ്ടും ഇത് സംഭവിക്കാം. രണ്ടു കണ്ണിലും ഒരേ സമയത്താണ് കാഴ്ച വീഴുന്നതെങ്കിൽ എല്ലാം ശരി. കാര്യമായി ചികിത്സയൊന്നും ഇപ്പോൾ വേണ്ട. കണ്ണട പരിഹാരങ്ങളിൽ ഒന്നു മാത്രം. അക്കാര്യം പിന്നീട് ആലോചിക്കാം. ദേ, ആ ബോർഡിലേക്കു നോക്കൂ". ഭിത്തിയിലുറപ്പിച്ചിരിക്കുന്ന ബോർഡിലേക്കു ദിനേശൻ നോക്കി.

"വായിക്ക്"

മ
യ ര
ട ക ര
ല ത പ ഭ
ള ക ന യ യ
ഭ ഗ സ തു മ ന

അക്ഷരങ്ങളെല്ലാം ദിനേശൻ വ്യക്തമായി വായിച്ചു. ഒന്നും രണ്ടായി തോന്നിയില്ല. ഗോമതി എല്ലാം കേട്ടുകൊണ്ടിരുന്നു. അവൾക്കൊന്നും മനസ്സിലായില്ല. കണ്ണ് കാണാനുള്ളതാണെന്നും മനസ്സ് ചിന്തിക്കാനുള്ളതാണെന്നും മാത്രം അവൾക്കറിയാം. അതിനപ്പുറത്തേക്ക് കണ്ണിന്റെ പ്രവർത്തനത്തെക്കുറിച്ചോ മനസ്സിന്റെ യാത്രയെക്കുറിച്ചോ അവൾക്ക് ഒരാവേശവും തോന്നിയില്ല. കൂടുതൽ ഒന്നും അറിയാതിരിക്കുകയാണ് ജീവിതത്തിന് നല്ലത് എന്നവൾ പണ്ടേ ഉറപ്പിച്ചതാണ്. മനസ്സിൽ ഒരു സംഘർഷം വളരാൻ അവൾ ഒരിക്കലും അനുവദിച്ചില്ല.

"അതെന്താ, ഡോക്ടറേ, അക്ഷരങ്ങൾക്ക് കൊഴപ്പമില്ലാത്തത്?"

"അക്ഷരം അഗ്നിയാണ്. അതോണ്ടാ". ഡോക്ടർ നിവർന്നിരുന്നു.

"വസ്തുക്കൾക്കാ കുഴപ്പം. അസുഖം തുടങ്ങിയിട്ടു എത്രനാളായി?"

"പണ്ടു മുതലേ ചെറുതായി കൊഴപ്പമുണ്ട്". ദിനേശൻ പറഞ്ഞു.

"പഠിക്കുന്ന കാലത്തുതന്നെ ചെറുതായി തുടങ്ങി. പിന്നീടങ്ങുമാറി. ഇപ്പോ വീണ്ടും....."

"കണ്ണ് ഇത്ര വലിയ പ്രശ്നകാരിയാണോ?" ഗോമതി അതിശയത്തോടെ ചോദിച്ചു.

"ആണോന്ന്" ഡോക്ടർ നിവർന്നിരുന്നു. എന്നിട്ടു ചിരിച്ചു.

"ഈ ലോകത്തിലെ എല്ലാ പ്രശ്നങ്ങൾക്കും കാരണം കണ്ണാണ്. സത്യത്തിൽ കണ്ണ് ഒരു ദുഃഖമാണ്. അന്ധന് ഒരു ദുഃഖവുമില്ല. അവന് ഒന്നും കാണണ്ട. കാഴ്ച ഇല്ലാതിരിക്കുന്നതാണ് സുഖം. തമസ്സല്ലോ സുഖപ്രദം. മനുഷ്യശരീരത്തിലെ ഓരോ അവയവവും ഓരോ ദുഃഖമാണ്. ദൈവത്തിന്റെ സൃഷ്ടി അപാരം. ചില അവയവങ്ങൾക്ക് ഒന്നിൽക്കൂടുതൽ ഉപയോഗം. ചിന്തിച്ചു നോക്ക്യേ". ഡോക്ടർ കുറേനേരം ഒന്നും മിണ്ടാതിരുന്നു.

"എന്തായാലും തല്ക്കാലം ഒരു ഗുളികയ്ക്കു കുറിച്ചുതരാം. രണ്ടാഴ്ച കഴിഞ്ഞുവരൂ.

പട്ടണത്തിൽനിന്നും വീട്ടിലേക്കുള്ള ഇടവഴിയുടെ അരികിൽനിന്ന മുളങ്കൂട്ടത്തിൽ നിന്നും ഒരു അടയ്ക്കാ കുരുവി നിരന്തരം ചിലയ്ക്കുന്നതു കേട്ടു.

"പഴയ ഡോക്ടറെ വീണ്ടും കാണണോ?" ഗോമതി ദിനേശന്റെ കൈകൾ തന്റെ കൈക്കുള്ളിലാക്കി ചോദിച്ചു.

"വേണ്ട" ദിനേശൻ എഴുന്നേറ്റു. "നമുക്ക് സിനിമയ്ക്കുപോവാം. ഇപ്പോ കൊറവൊണ്ട്".

ദിനേശൻ മുന്നിലും അശ്വതിയുടെ കൈപിടിച്ച് ഗോമതി പിറകിലുമായി നടന്നു. റോഡിനിരുവശവും വെള്ളം കിട്ടാതെ വാട്ടംതട്ടിയ ചെടികൾ മഞ്ഞനിറമുള്ള മണ്ണുവാരി പുതച്ചുനിന്നു. ഏതോ കാട്ടുചെടിയുടെ വള്ളി ഇഴഞ്ഞു നീങ്ങാനുള്ള ശ്രമത്തിൽ മുന്നോട്ടു പോകാൻ കഴിയാതെ തലതാഴ്ത്തി കിടന്നു. വഴിയരികിൽ കുറെ കാപ്പിച്ചെടിക്കുഞ്ഞുങ്ങൾ എന്തോ കണ്ടു പേടിച്ചതുപോലെ നിന്നു.

തീയേറ്ററിൽ തിരക്കില്ലായിരുന്നു. ഏതോ അവാർഡ് പടമാണെന്ന് ദിനേശനു മനസ്സിലായി. ജീവിതത്തിലായാലും സിനിമയിലായായും കഥാപാത്രങ്ങൾ പരസ്പരം സംസാരിക്കാതിരുന്നാൽ ശ്വാസം മുട്ടുന്നതായി കാണികൾക്ക് തോന്നും. അരവിന്ദന്റെ *കാഞ്ചനസീത*യിൽ പാലുകുടിച്ച പശുക്കുട്ടികളേപ്പോലെ ഓടി നടക്കുന്നതല്ലാതെ ലവനും കുശനും ഒന്നും സംസാരിച്ചു കണ്ടില്ല. അടൂർ ഗോപാലകൃഷ്ണന്റെ '*മുഖാമുഖം*' കണ്ടുകൊണ്ടിരിക്കുമ്പോൾ 'ഒന്ന് സംസാരിച്ചു തൊലയ്ക്കെടാ' എന്ന് മുൻവശത്തിരുന്ന കാണികൾ ആക്രോശിക്കുന്നതു കേട്ടു. വർഷങ്ങൾക്കു ശേഷം സ്വന്തം മകനെ കാണുമ്പോൾ അച്ഛന് ഒരു വികാരവുമില്ലാത്തത് കഷ്ടം തന്നെ. ഇന്റർവെൽ സമയത്ത് മിക്കവരും പുറത്തിറങ്ങുന്നതു കണ്ടപ്പോൾ ദിനേശനും എഴുന്നേറ്റു. സിനിമ തീർന്നെന്നു കരുതി ദിനേശൻ ഗേറ്റിനു സമീപം വന്നു. ഗേറ്റ് തുറന്നുകിട്ടിയില്ല. വീണ്ടും തീയേറ്ററിലെത്തി ശക്തിചോർന്ന് അയാൾ കസേരയിൽ അമർന്നിരുന്നു. അശ്വതി നല്ല ഉറക്കത്തിലായിരുന്നു.

കത്തുന്ന വിളക്കിനു മുന്നിൽ ഈയാംപാറ്റകൾ പറന്നു കളിച്ചു. വാടിയ ചീരത്തണ്ടുപോലെ അശ്വതി ദിനേശന്റെ തോളിൽ കിടന്നു. ചിറകു നഷ്ടപ്പെട്ട ഈയാംപാറ്റകൾ മണ്ണിൽ ഇഴഞ്ഞുനടന്നു. എവിടെനിന്നോ ഒരു നായ് നിരന്തരം കുരയ്ക്കുന്ന ശബ്ദം കേട്ടു. ഗോമതി പരിഭ്രമത്തോടെ ചുറ്റിലും നോക്കി.

"അച്ഛാ, എനിക്ക് പോപ്പിൻസ് മിഠായി വേണം"

അശ്വതി തലയുയർത്തി പറഞ്ഞു

"രാത്രീലോ! വേണ്ട നമുക്കു വീട്ടി പോവാം".

ഗോമതി ചൂടായി.

"ഹോട്ടലീന്നു വല്ലതും കഴിച്ചാലോ?"

നടക്കുന്നതിനിടയിൽ ദിനേശൻ ചോദിച്ചു.

"എന്തോയിനാ?" ഗോമതി എതിർത്തു. "വീട്ടി ചോറും കൂട്ടാനുമിരി

പ്പോണ്ട്. വെറുതെ കാശ് കളയണ്ട".

"അശ്വതിക്ക് പൊറോട്ട വേണമെന്ന് ഇന്നാളി പറഞ്ഞില്ലേ?"

"പറഞ്ഞു കാണും. ഇന്നിപ്പോ വേണ്ട".

വീട്ടിലെത്തിയപ്പോൾ ഗോമതി കിടക്കാൻ ധൃതികൂട്ടി. അശ്വതി കനത്ത ഉറക്കത്തിലാണ്. അത്താഴം വിളമ്പണോ എന്നു ചോദിച്ചപ്പോൾ ദിനേശൻ വേണ്ട എന്നാണു പറഞ്ഞത്. എങ്കിൽ എനിക്കും വേണ്ട എന്ന് ഗോമതിയുടെ മറുപടി. പുറത്ത് ഇരുട്ടിന്റെ കരിമ്പടം നിവർന്നു. വെളിച്ചത്തിന്റെ നാമ്പുകൾ അങ്ങിങ്ങ് മുളച്ചിട്ടുണ്ട്. ചിത്രത്തിൽ വരച്ചതുപോലെ പ്രകൃതി നിശ്ചലം.

"എനിക്കു കിട്ടുന്ന ശമ്പളം കൊണ്ടുമാത്രം നമുക്ക് സുഖമായി കഴിയാൻ പറ്റുന്നില്ല അല്ലിയോ?"

"ആരു പറഞ്ഞു?" ബഡ്ഷീറ്റ് കുടഞ്ഞുവിരിക്കുമ്പോൾ ഗോമതി ശബ്ദം ഉയർത്തി.

"ഇവിടെ ഇപ്പോൾ ഒരു സുഖക്കുറവുമില്ല. പാതിരാത്രിയാവുന്നു. കിടന്നുറങ്ങാൻ നോക്ക്".

"നിന്റെ എല്ലാ ആവശ്യങ്ങളും എനിക്കു സാധിച്ചുതരാൻ കഴിയുന്നില്ല"

"എന്നാരു പറഞ്ഞു? ഞാമ്പറഞ്ഞോ? ഇല്ലല്ലോ. വെറുതെ ഭ്രാന്തു പറയാതെ".

"നിന്നോടൊരു കാര്യം പറയാനുണ്ട്"

"ഈ രാത്രീലോ? പറഞ്ഞോ! ഒന്നോ പത്തോ പറഞ്ഞോ"

"എന്റെ കൂടെ പഠിച്ച ഒരു രാധേടെ കാര്യം നിന്നോടു പറഞ്ഞിട്ടുണ്ടല്ലോ?"

"ഒണ്ട്"

"അവളിതുവരെ കല്യാണം കഴിച്ചിട്ടില്ല"

"അതിനു നമുക്കെന്താ?"

"ഞങ്ങൾ പണ്ട് സ്നേഹത്തിലാരുന്നു".

"അതിനെന്താ?"

ഒരല്പം നിവർന്ന് കൈകൾ പുറകിൽ കുത്തി ദിനേശൻ കട്ടിലിൽ ചാരിയിരുന്നു.

"സ്ഥലം മാറ്റം കിട്ടി അവൾ ഞങ്ങളുടെ സ്കൂളിലെത്തി".

"അതിനെന്താ?"

"അവൾ ഇവിടെ താമസിക്കട്ടെ. അവളുടെ ശമ്പളം കൂടിയാവുമ്പം......"

ദിനേശനെ ഞെരിച്ചുകൊല്ലാൻ ഗോമതിയുടെ കൈകൾ തരിച്ചു. വളരെ പണിപ്പെട്ടു അവൾ അവളെ നിയന്ത്രിച്ചു. നിയന്ത്രണത്തിന്റെ നൂലുകൾ പൊട്ടാതിരിക്കാൻ അവൾ പ്രാർത്ഥിച്ചു. സിനിമയ്ക്കു പോയതും നേരത്തെ വീട്ടിലെത്തിയതും ഹോട്ടലിൽനിന്നും ഭക്ഷണം കഴിക്കാമെന്നു പറഞ്ഞതും ഈ ഉദ്ദേശം മനസ്സിൽ വച്ചുകൊണ്ടായിരുന്നു. തന്നെ അനു

നയിപ്പിക്കാനുള്ള ഒരടവ്. കഴുത്തിൽ കിടന്ന താലിചരട് കാലന്റെ കയറായിട്ട് അവൾക്കു തോന്നി. പെട്ടെന്ന് എടുത്തുചാടി എന്തെങ്കിലും പ്രവർത്തിക്കുന്നത് പക്വതയില്ലായ്മയാണ്. നിലവിൽ ദിനേശൻ അവളുടെ ഭർത്താവാണ്. ആശ്രയമില്ലാത്ത താൻ സംയമനം പാലിച്ചേ പറ്റൂ.

ഗോമതി മുറിവിട്ട് പുറത്തിറങ്ങി. തണുത്ത വെള്ളമെടുത്ത് മുഖം കഴുകി. വെള്ളത്തുള്ളികൾ മുഖത്ത് പറ്റിപ്പിടിച്ചു കിടന്നു. ദിനേശൻ ഒരു പ്രതിമ കണക്കെ കട്ടിലിൽ ഇരിക്കുകയാണ്. ഉപ്പുരസമുള്ള കടൽ വെള്ളത്തിൽനിന്നും ശുദ്ധജലം വേർപെടുത്തുകയായിരുന്നു ദിനേശൻ. ഗോമതി വാതിൽ വലിച്ചടച്ച് പുറത്തിറങ്ങി. അവൾ എന്തുപറഞ്ഞാലും ദിനേശന്റെ തീരുമാനം മാറില്ല. അയാൾ ഗോമതിയുടെ ഒരു മറുപടിക്കുവേണ്ടി കാത്തിരുന്നു. ഗോമതി മുറ്റത്തിറങ്ങി തെക്കോട്ടു നടന്നു. കനത്ത ഇരുട്ടുകാരണം വഴിതിരിച്ചറിയാൻ കഴിഞ്ഞില്ല. തറനിറയെ കരിയിലകൾ നിരന്നുകിടന്നു. നടക്കുമ്പോൾ കാലുകൾ കരിയിലയ്ക്കുള്ളിൽ പുതഞ്ഞു. ഒരല്പം തീയും ചെറിയ കാറ്റുമുണ്ടെങ്കിൽ എല്ലാം ചാമ്പലാവും. അവൾ വിചാരിച്ചു. അതു വേണ്ട. എല്ലാം കത്തിയമരുന്നത് കാണാൻ വയ്യ. രണ്ടു വർഷം പ്രായമായ ഒരു തെങ്ങിനു സമീപം അവൾ നിന്നു. തെങ്ങിനടിയിലെ മണ്ണിൽ അവളുടെ പ്രിയപ്പെട്ട ആരോ ഉണ്ട്. അവൾ തൊഴുകൈകളുമായി കണ്ണടച്ചു.

ദിനേശന് ഇങ്ങനെ ഒരു ഭൂതകാലം ഉണ്ടായത് നിന്റെ കഷ്ടകാലം തന്നെ. നീ എത്ര എതിർത്താലും അവൻ അവളുടെ അടുത്തു പോകും. ചെളിയിൽനിന്നും രക്ഷപ്പെടാൻ ശ്രമിച്ചാൽ കൂടുതൽ താഴാം. ഒരുപക്ഷേ, നിന്നെ കളഞ്ഞിട്ട് അവളെ സ്വീകരിക്കാനും അവൻ മടിക്കില്ല. സാഹചര്യങ്ങൾ ഒത്തു വന്നാൽ എല്ലാ പുരുഷന്മാരും പ്രശ്നക്കാരാണ്. ഏതു രീതിയിൽ നോക്കിയാലും നഷ്ടം നിനക്കു തന്നെയായിരിക്കും. ജനനത്തിന്റെ ഇളംചൂടിനും മരണത്തിന്റെ നേരിയ തണുപ്പിനുമിടയിൽ ജീവിതം വളരെ ചെറുതാണ്. നല്ല അഭ്യാസിക്കേ സർക്കസ്സിൽ വിജയിക്കാനാവൂ. നിനക്ക് ഉചിതമെന്നു തോന്നുന്ന തീരുമാനമെടുക്കാം. അറവുശാലയിൽ കെട്ടിയിട്ടിരിക്കുന്ന മൃഗങ്ങളാണ് നമ്മളൊക്കെ.

ഗോമതി കണ്ണീർ തുടച്ചു. ഇരുട്ടിലൂടെ സാവധാനം അവൾ വീട്ടിലേക്കു നടന്നു. ഇരുട്ടിൽ മുഖം നഷ്ടപ്പെട്ടിരിക്കുന്ന ദിനേശന്റെ കഴുത്തിൽ അവൾ കൈകൾ മുറുക്കി. എന്തിന്? അക്കാര്യം ഗോമതിക്കറിയില്ല.

6

കഞ്ഞിയമ്മയും കുട്ട്യോളും

കഞ്ഞിയമ്മ (സ്കൂളിൽ കഞ്ഞിവയ്ക്കുന്ന സ്ത്രീയെ കുട്ടികളും സാറന്മാരും വിളിക്കുന്ന പേര്) ഗർഭിണിയായി. ഒരു സ്ത്രീ ഗർഭിണിയായതിൽ എന്താണിത്ര പുതുമ എന്ന് നിങ്ങൾ ചിന്തിച്ചേക്കാം. എത്രയോ സ്ത്രീകൾ നമ്മുടെ നാട്ടിൽ ഗർഭിണികളാവുകയും പ്രസവിക്കുകയും ചെയ്യുന്നു. അതിലൊന്നും ഒരു പുതുമയില്ലല്ലോ എന്നു ചോദിച്ചാൽ ഉത്തരമുണ്ട്. കഞ്ഞിയമ്മയുടെ വിവാഹം കഴിഞ്ഞിട്ട് ഏതാണ്ട് എട്ടു വർഷമായി. ഒരു കുഞ്ഞിക്കാല് കാണാനുള്ള ന്യായമായ ആഗ്രഹം അവർക്കും അവർ ജോലി ചെയ്യുന്ന ഗവ. എൽ പി സ്കൂളിലെ സഹപ്രവർത്തകരായ അദ്ധ്യാപികമാർക്കും ഒരുപോലെ സാധിച്ചു എന്നുള്ളതാണ് ഗർഭത്തിന്റെ പ്രത്യേകത. കഞ്ഞിയമ്മ 'പാർട്ട് ടൈം മീനിയലായി' ജോലിക്കു കയറിയിട്ട് ഏതാണ്ട് പത്തു വർഷം കഴിഞ്ഞിരിക്കുന്നു. അതിരാവിലെ അവർ സ്കൂളിലെത്തും. സ്കൂൾ മുറ്റത്ത് തണൽ വിരിച്ചുനില്ക്കുന്ന 'ചാമ്പ' മരത്തിന്റെ കൊഴിഞ്ഞുവീണ ഇലകൾ കമ്പികൊണ്ടു കുത്തിപ്പെറുക്കി റോഡിലിട്ട്, മുറ്റമാകെ തൂത്ത് വൃത്തിയാക്കും. കുട്ടികൾ കുറഞ്ഞതുകൊണ്ട് ഒഴിഞ്ഞുകിടക്കുന്ന പഴയ കെട്ടിടത്തിൽ, തനിക്കു വേണ്ടിമാത്രം ഉപയോഗിക്കാൻ തന്നിരിക്കുന്ന ക്ലാസ്റൂം തുറന്ന്, ക്ഷീണം തീർത്ത് സാരിമാറ്റി കഞ്ഞിവയ്ക്കാനുള്ള തയ്യാറെടുപ്പുകൾ തുടങ്ങുമ്പോഴായിരിക്കും മുബീന ടീച്ചറിന്റെ വരവ്.

അന്ന് വളരെ നേരത്തെ കഞ്ഞിയമ്മ സ്കൂളിലെത്തി. നവവധു കല്യാണമണ്ഡപത്തിലേക്ക് നടന്നടുക്കുന്നതുപോലെ വളരെ പതിയെ കാലുകൾ നീക്കിവച്ചാണ് കഞ്ഞിയമ്മ സ്കൂളിലേക്കു വന്നത്. മുരുകന്റെ മകൻ അകത്തു കയറാമല്ലോ എന്ന് ചിന്തിച്ചു കഞ്ഞിയമ്മയെ പുഞ്ചിരിയോടെ നോക്കി. സ്കൂൾ ഗേറ്റിന്റെ താക്കോൽ തന്റെ കൈയിലുള്ള

തുകൊണ്ടാണ് അവർ നേരത്തെ എത്തുന്നത്. മുറ്റത്തു നില്ക്കുന്ന ബദാം മരത്തിന്റെ ഇലകൾ ചുറ്റിലും നിറഞ്ഞുകിടക്കുന്നുണ്ട്. കിളികൾ ചപ്പിയിട്ട കായ്കൾ കണ്ടത്തിൽ വിത്തു വിതച്ചതുപോലെ കൃത്യമായ അകലത്തിൽ ചിതറിക്കിടപ്പുണ്ട്. റോഡരുകിൾ നില്ക്കുന്ന മാവിൽനിന്നും പഴുത്തതും പഴുക്കാത്തതുമായി വീണ മാങ്ങകളുടെ മുകളിൽ ഈച്ചകൾ പറന്നുകളിക്കുന്നുണ്ട്. സാധാരണഗതിയിൽ എല്ലാം ധൃതിയിൽ അവർ വൃത്തിയാക്കേണ്ടതാണ്. പക്ഷേ, ഇനിയും കുറെ ദിവസത്തേക്ക് ശരീരം അനക്കാൻപാടില്ല. ഡോക്ടർ എന്താണ് പറയാൻ പോകുന്നതെന്ന് കഞ്ഞിയമ്മയ്ക്കറിയില്ലല്ലോ! പത്തുമാസവും കട്ടിലിൽതന്നെ കഴിച്ചുകൂട്ടണമെന്ന് പറഞ്ഞാലും അനുസരിക്കാൻ കഞ്ഞിയമ്മ തയ്യാറാണ്. സ്വന്തം കുട്ടിയേ മതിയാവോളം താലോലിക്കണം. മറ്റുള്ള കുട്ടികളെ കണ്ടും സ്നേഹിച്ചും എടുത്തും ഉമ്മവച്ചും എരിച്ചുകളയാനുള്ളതല്ല തന്റെ ജീവിതമെന്ന് കഞ്ഞിയമ്മയ്ക്കു തോന്നി. രാവിലെ ജോലിക്കുപോകുന്ന രക്ഷാകർത്താക്കളുടെ മക്കൾ തേനീച്ചപോലെ ഗേറ്റിനു മുമ്പിൽ പറ്റിപ്പിടിച്ചുനിന്നു. ഗേറ്റ് തുറന്നപ്പോൾ മുരുകന്റെ മകൻ ഉൾപ്പെടെ കുറെ കുട്ടികൾ സ്കൂളിന്റെ മുറ്റത്തേക്ക് ഒഴുകിക്കയറി. അച്ഛൻ പണിക്കുപോയോ എന്ന് മുരുകന്റെ മകന്റെ കവിളിൽ തട്ടി കഞ്ഞിയമ്മ ചോദിച്ചപ്പോൾ അവൻ ചിരിച്ചുകൊണ്ടു തലയാട്ടി. പുറത്തുകിടക്കുന്ന ഭാരമുള്ള സഞ്ചിയും വലിച്ചുകൊണ്ട് നടന്നപ്പോൾ അവൻ ഒരു വണ്ടിക്കാളയാണെന്ന് കഞ്ഞിയമ്മ വിചാരിച്ചു.

കഞ്ഞിയമ്മ തിണ്ണയിൽ കയറി വെറുതെ ഇരുന്നു. ചേങ്ങല തൂക്കുന്ന വളഞ്ഞ കമ്പിയെടുത്ത് ഓഫീസിൽ വയ്ക്കുന്ന കാര്യം കഞ്ഞിയമ്മ മറന്നുപോയി. അതിപ്പോഴും അവിടെ കിടപ്പുണ്ട്. എന്തുകിട്ടിയാലും അടിച്ചുമാറ്റുന്ന ആക്രിക്കാരാരും വരാഞ്ഞത് കാര്യമായി എന്ന് അവർ ചിന്തിച്ചു. മുബീന ടീച്ചർ ദൂരെനിന്നും നടന്നുവരുന്നതു കണ്ടപ്പോൾ കഞ്ഞിയമ്മ സാവധാനം എഴുന്നേറ്റു നിന്നു. സ്കൂളിൽ ആദ്യം എത്തുന്നത് അവരാണ്. അവർക്ക് ഇഷ്ടംപോലെ സമയമുണ്ട്. മക്കളില്ല. ഭർത്താവ് ഗൾഫിലാണ്. രാവിലെ എഴുന്നേറ്റ് പ്രാതലിനുള്ള എന്തെങ്കിലും ഒരുക്കി നാഴിയരിയുടെ ചോറും വച്ചാൽ അന്നത്തെ ദിവസം കുശാൽ. പിന്നെ ചമ്മന്തിയും മാങ്ങ ഉപ്പിലിട്ടതും ഉണ്ടാവും. ഹെഡ്മിസ് (കുട്ടികൾ ഹെഡ്മിസ്ട്രസിനെ വിളിക്കുന്ന പേര്) വരാൻ വൈകും. ഹെഡ്മിസിന്റെ ഭർത്താവ് രോഗിയാണ്. ട്രാൻസ്പോർട്ട് ഡിപ്പാർട്ടുമെന്റിൽ ചെക്കിങ് ഇൻസ്പെക്ടറായിരുന്നു. റിട്ടയർ ചെയ്തു. ഇപ്പോൾ കട്ടപ്പുറത്താണ്. ഏറെനാൾ ഡീസൽപ്പുകയും ബീഡിപ്പുകയും വലിച്ച് കയറ്റി ശ്വാസകോശം തകരാറിലാണ്. പെൻഷൻ മര്യാദയ്ക്ക് കിട്ടുന്നില്ല. ഹെഡ്മിസിന്റെ ശമ്പളത്തിന്റെ ഒരു പങ്ക് ഊറ്റിക്കുടിച്ച് ഇപ്പോൾ അയാൾ ആശുപത്രിയിലാണ്. ഹെഡ്മിസിന്റെ ഭർത്താവായ വേലായുധൻ പിള്ളയ്ക്ക് ഏറ്റവും ഇഷ്ടപ്പെട്ട ആഹാരം മരച്ചീനിയാണ്. അതിനുവേണ്ടി മാത്രം പറമ്പിൽ നൂറുമൂട് കപ്പ കൃഷിചെയ്തിട്ടുണ്ട്. ദിവസവും രാവിലെ കപ്പ പുഴുങ്ങി കൂടെ കഞ്ഞിയുംവച്ച് ആശുപത്രിയിൽ കൊടുത്തിട്ടാണ്

ഹെസ്മിസ് സ്കൂളിൽ വരുന്നത്. രാവിലെയുള്ള പ്രാർത്ഥനയും അസംബ്ലിയും മുബീന ടീച്ചറിന്റെ ഉത്തരവാദിത്വത്തിലാണ് നടത്താറ്. സഹ അദ്ധ്യാപികമാർക്ക് അക്കാര്യത്തിൽ ലേശം പരാതിയില്ല. കുട്ടികൾക്ക് കളിക്കുന്നതിലാണ് കൂടുതൽ താല്പര്യം. പഠിച്ചാലും കളിച്ചാലും തലയിലെഴുത്തുള്ളവർ രക്ഷപ്പെടും എന്നാണ് മുബീന ടീച്ചറിന്റ വിശ്വാസം. അതിന് ഉദാഹരണമാണ് വലിയ വീട്ടിൽ വർഗ്ഗീസ് സാർ. അയാൾ പഠിക്കുന്ന കാലത്ത് മണ്ടശിരോമണിയായിരുന്നു. പത്താം ക്ലാസ് ജയിച്ചില്ല. പക്ഷേ, ഇപ്പോൾ മന്ത്രിയാണ്. ഇംഗ്ലീഷിൽ സംസാരിക്കും. ഉയർന്ന ഉദ്യോഗസ്ഥൻമാർക്ക് ക്ലാസെടുക്കും. വർഗ്ഗീസ് സാർ കഞ്ഞിയമ്മയുടെ സ്കൂളിലെ പൂർവ്വവിദ്യാർത്ഥിയായിരുന്നു എന്ന് വളരെ അഭിമാനത്തോടെയാണ് എല്ലാവരും പറയാറ്. ഒരിക്കൽ സ്കൂളിൽ വരികയും ഒന്നാം ക്ലാസിലെ കുട്ടികൾക്ക് പഠിക്കാൻ മേശയും കസേരയും വാങ്ങിക്കൊടുക്കുകയും ചെയ്തു.

മുബീന ടീച്ചർ മുറ്റത്ത് ചിതറിക്കിടക്കുന്ന കരിയിലയിലേക്ക് നോക്കിയിട്ട് കഞ്ഞിയമ്മയുടെ മുഖത്തേക്ക് ദൃഷ്ടിപായിച്ചു. എന്തുകൊണ്ട് മുറ്റം വൃത്തിയാക്കുന്നില്ല എന്നായിരുന്നു നോട്ടത്തിന്റെ അർത്ഥം.

“സാറേ”, കഞ്ഞിയമ്മ സാവധാനം നടന്ന് മുബീന ടീച്ചറിന്റെ അടുത്തെത്തി.

“എന്റെ കുളിതെറ്റി”.

മുബീന ടീച്ചർ ഞെട്ടി. എങ്ങനെ ഞെട്ടാതിരിക്കും? ഇത്രയും സന്തോഷകരമായ ഒരു വാർത്ത ഇതിനു മുമ്പ് മുബീന ടീച്ചർ കേട്ടിട്ടില്ല. ഇന്ദിരാ ഗാന്ധി വെടിയേറ്റു മരിച്ച ദിവസം മുബീന ടീച്ചർ ഞെട്ടിയതാണ്. അന്ന് ദുഃഖം. ഇന്ന് സന്തോഷം. കഞ്ഞിയമ്മയുടെ വിശേഷം കേട്ടാൽ ആരായാലും ഞെട്ടിപ്പോകും. എന്തു പറയണം, എങ്ങനെ പെരുമാറണം, എവിടെ തുടങ്ങണം എന്നിത്യാദികാര്യങ്ങൾ മുബീന ടീച്ചർ മറന്നു.

“എന്നായിരുന്നു ഡേറ്റ്?”

“കഴിഞ്ഞ പതിനഞ്ചിന്” കഞ്ഞിയമ്മ താഴോട്ടുനോക്കി പറഞ്ഞു. “ഇന്ന് ഇരുപത്തിനാല്. ഇതേവരെ വന്നില്ല” കഞ്ഞിയമ്മയ്ക്ക് സന്തോഷം അടക്കാൻ കഴിഞ്ഞില്ല.

മുബീന ടീച്ചർ കൈവിരലുകൾ മടക്കി.

“അപ്പോ, ഡിസംബറിൽ കാണും. നല്ല ചൂടുള്ള സമയമാ” പള്ളിക്കൂടം അടയ്ക്കാൻ പിന്നേം കെടക്കുന്നു മൂന്നുമാസം. കഞ്ഞിവയ്ക്കുന്ന കാര്യമോർത്തിട്ടാ എനിക്ക് വെഷമം”.

“സാറെന്തിനാ വെഷമിക്കുന്നെ? അത് പി ടി എ പ്രസിഡന്റ് നോക്കിക്കോളും”

“കൊറെ നോക്കും. അയാക്ക് എവിടെയാ സമയം ഇതിനൊക്കെ. അമ്പലം സെക്രട്ടറിയല്ലിയോ? എന്നും ഉത്സവോം സപ്താഹോം ഒക്കെയല്ലിയോ? പിന്നെ രണ്ടു പശുക്കളും. രണ്ടും കറക്കുന്നതാ. പി ടി എ പ്രസിഡന്റ് തന്നാ കറക്കുന്നത്. അപ്പോൾ പിന്നെ കഞ്ഞി ഗോപി”.

മുബീന ടീച്ചർ കൈയുയർത്തി നെറ്റിയിൽ നീണ്ട ഒരു വരവരച്ചു. പെട്ടെന്ന് മുബീന ടീച്ചറിന്റെ മുഖം വാടി. മക്കളില്ലാത്തതുകൊണ്ട് മുബീന ടീച്ചറെ മൊഴിചൊല്ലാൻ റഹിം മുതലാളി തുനിഞ്ഞതാണ്. മാസാമാസം ടീച്ചറിനു കിട്ടുന്ന നല്ല ശമ്പളം ഓർത്തപ്പോൾ റഹിം മുബീനയെ മൊഴി ചൊല്ലിയില്ല. സീനിയർ ടീച്ചറാണ് അവർ. ഹെഡ്മിസിനോളം ശമ്പളം. മക്കളില്ലാത്തതും ഒരുതരം സുഖമാണെന്ന് മുബീന ചിന്തിക്കാറുണ്ട്. പകരം പട്ടിയെ വളർത്തിയാൽ മതി. ആഹാരം കൊടുത്താൽ മതി. സ്നേഹം കിട്ടും. പിൻകാലിൽ ഉയർന്നുനിന്ന് സ്നേഹിക്കും. ഒരിക്കൽ റഹിം മുബീനയോടു ചോദിച്ചു.

"നമുക്കൊരു കുട്ടിയെ എടുത്തു വളർത്തിയാലോ?"

"നിങ്ങക്ക് പിരാന്തുണ്ടോ മനുഷ്യാ?" മുബീന തട്ടിക്കേറി. വളർന്നാൽ അവന് നമ്മോടു സ്നേഹം കാണുമെന്ന് എന്താ ഉറപ്പ്? അതോണ്ട് അത്തരത്തിലുള്ള ചിന്ത അങ്ങ് മനസ്സിവച്ചോണ്ടാ മതി. നിങ്ങൾക്ക് അറിയാമോ ആ സീമടീച്ചറിന്റെ കാര്യം. അവര് ഒരു ചെറുക്കനെ വാങ്ങി. ആശുപത്രീന്ന്. ആയിരത്തി ഒന്ന് രൂപ കൊടുത്ത്. വളർന്നപ്പോൾ അവന് ആരോടും സ്നേഹമില്ല. മുറിക്കുള്ളിൽ കതകടച്ച് ഒറ്റ ഇരിപ്പാ. ആഹാരം കഴിക്കാൻ മാത്രം പുറത്തിറങ്ങും. ജോലിക്ക് പോയിട്ട് തിരിച്ചുവന്നാ മുറീകേറും. ആരോടും മിണ്ടത്തില്ല. ഉപ്പോളം വരുമോ ഉപ്പിലിട്ടത് എന്നാണ് അവന്റെ ചിന്ത. യഥാർത്ഥ അമ്മ ആരോ ആണ്. സീമ ടീച്ചറിനോട് ആ ചെക്കന് ശകലോം സ്നേഹമില്ല. എന്തിനാ വെറുതെ വയ്യാവേലി വലിച്ച് തലയിൽ വെക്കുന്നെ".

മുബീന ടീച്ചർ കഞ്ഞിയമ്മയെ നോക്കി

കഞ്ഞിയമ്മ ഭാഗ്യവതിയാണ്. മുബീന ടീച്ചർ വിചാരിച്ചു.

മുബീന ടീച്ചർ ഓഫീസ് റൂമിൽ കയറി.

കഞ്ഞിയമ്മ മുറ്റത്തുനിന്നു.

മുറ്റം നിറയെ കുട്ടികൾ. ആരും ക്ലാസ് മുറിയിലില്ല. എല്ലാവരും കളിയിൽ. ചിലർ 'ചക്ക്' കളിക്കുന്നു (പെൺകുട്ടികൾ) ചിലർ കള്ളനും പൊലീസും കളിക്കുന്നു (ആൺകുട്ടികൾ) മറ്റു ചിലർ കയ്യാലപ്പുറത്ത് കയറിനിന്ന് നിരത്തിലേക്ക് മൂത്രമൊഴിക്കുന്നു (ഏറ്റവും ഉയരത്തിൽ വിടുന്ന ആൾക്ക് ഒന്നാം സമ്മാനം) കുറെപ്പേർ കയ്യാലപ്പുറത്തുനിന്നും ഒരു കനാൽ അടിഭാഗം വരെ വെട്ടി അതിലൂടെ സാധിക്കുന്നു. ഒഴുകിയിറങ്ങിയ മൂത്രം വഴിയിൽ വറ്റിതീർന്നു. ചിലർ ഉപ്പനച്ചത്തിന്റെ ശിരസ്സിലേക്ക് നിരന്തരം മൂത്രമൊഴിച്ച് ചെടിയെ ഉണക്കുന്നു. (ആരുടെ ഉപ്പനച്ചം ആദ്യം ഉണങ്ങുന്നുവോ അവർക്ക് സമ്മാനം). ചിലർ എന്തോ ഗാഢമായി ചിന്തിച്ച് മാവിൻ ചുവട്ടിൽ നിശ്ചലരായി നില്ക്കുന്നു (ഘർവാപസി) തൊട്ടടുത്തുള്ള മിഠായിക്കടയിലേക്ക് ദയനീയമായി നോക്കുന്നു ചിലർ (കിറ്റ്കാറ്റ്).

പെട്ടെന്ന് 'അമ്മേ' എന്ന വിളിയുമായി അതിഭയങ്കര കരച്ചിലോടെ ഒരു കുട്ടി കഞ്ഞിയമ്മയുടെ സമീപത്തേക്ക് ഓടിവന്നു. അവന്റെ മുഖ

ത്തുകൂടി കണ്ണീർ ഒലിച്ചിറങ്ങുന്നുണ്ടായിരുന്നു. കൂടെ തോഴിമാരെപ്പോലെ മറ്റ് മൂന്നുപേരും. "മോനച്ചന് ഭയങ്കര വയറ്റുവേദന" തോഴിമാർ ഒരേസ്വര ത്തിൽ പറഞ്ഞു. പ്രസവമടുത്ത സ്ത്രീയെപ്പോലെ മോനച്ചൻ ഞെരിപി രികൊള്ളുകയാണ്. അവന്റെ വാരിയെല്ല് വളഞ്ഞ് വില്ലുപോലായി. കഞ്ഞി യമ്മയ്ക്ക് കാര്യം മനസ്സിലായി. കുട്ടികളെല്ലാവരും കളിനിർത്തി മോന ച്ചന് സമീപമെത്തി. തൊട്ടീം കയറും കൊണ്ടുവരാൻ കഞ്ഞിയമ്മ മുതിർന്ന ഒരു കുട്ടിയോട് ആവശ്യപ്പെട്ടു. രോഗിയെ കാണുമ്പോൾ തന്നെ യഥാർത്ഥ ഡോക്ടർക്ക് രോഗം പിടികിട്ടും. കഞ്ഞിയമ്മയ്ക്ക് കുട്ടികളെ നന്നായി അറിയാം. പകുതിപ്പേർ തൊട്ടിയുമായി കിണറ്റിൻ കരയിലേക്ക് ഓടി. ബാക്കി വന്ന കുട്ടികൾ ഏതു പ്രതിസന്ധിയെയും നേരിടാൻ മോന ച്ചനു സമീപം നിലയുറപ്പിച്ചു. മുക്കാൽ തൊട്ടി വെള്ളവുമായി ചെറു സൈന്യം തിരിച്ചെത്തി. കരയുന്ന മോനച്ചനെയും ആനയിച്ചുകൊണ്ട് എല്ലാവരും വടക്കോട്ടു നടന്നു. (കണ്വാശ്രമത്തിൽനിന്നും ദുഷ്യന്തന്റെ കൊട്ടാരത്തിലേക്കുള്ള ശകുന്തളയുടെ യാത്ര). ദൂരെ വടക്ക് ഒരു ഒറ്റ മുറി കൊട്ടാരം ദൃശ്യമായി. മലയാളത്തിൽ 'കക്കൂസ്' എന്നും ഇംഗ്ലീഷിൽ 'ടോയ്‌ലറ്റ്' എന്നും വിളിക്കുന്ന സ്ഥലത്തേക്കാണ് മോനച്ചന്റേയും സൈന്യത്തിന്റെയും യാത്ര. ആദ്യരാത്രിയിൽ നവവധുവിനെ പാൽ പാത്ര വുമായി (ഇവിടെ മുക്കാൽ തൊട്ടി വെള്ളം) ഭർത്താവിന്റെ മുറിയിലേക്ക് തള്ളി വിടുന്നതുപോലെ മോനച്ചനെ ഒറ്റമുറി കൊട്ടാരത്തിലേക്ക് തള്ളി ക്കയറ്റി കതകടച്ചു. സൈന്യം ടോയിലറ്റിനു മുന്നിൽ തമ്പടിച്ചു. ഏതു പ്രതിസന്ധിയും നേരിടാനുള്ള കരുത്തോടെ കാത്തുനിന്നു. ശബ്ദം വല്ലതും കേൾക്കുന്നുണ്ടോ എന്നറിയാൻ ചിലർ വാതിലിൽ ചെവി ചേർത്തു. മറ്റുചിലർ രണ്ടും രണ്ടാക്കിത്തരണേ എന്ന് ആകാശത്തേക്കു നോക്കി പ്രാർത്ഥിച്ചു. ദൈവം ആകാശത്ത് എവിടെയോ ആണെന്ന് അവർ വിചാരിച്ചു. കഞ്ഞിയമ്മ എല്ലാം ശ്രദ്ധിച്ചുകൊണ്ടുനിന്നു.

ഒരല്പനേരം കഴിഞ്ഞപ്പോൾ വാതിൽ തുറക്കപ്പെട്ടു. ഒളിമ്പിക്സിലെ നൂറുമീറ്റർ ഓട്ടക്കാരന്റെ വേഗതയിൽ ഉറക്കെ ചിരിച്ചുകൊണ്ട് മോനച്ചൻ കതക് തുറന്ന് തെക്കോട്ടോടി. കൂടിനിന്ന കുട്ടികൾ ആർപ്പുവിളികളോടെ അവന്റെ പിറകെ വെച്ചുപിടിച്ചു. കണ്ടുനിന്ന കഞ്ഞിയമ്മയുടെ കണ്ണു കൾ നിറഞ്ഞു. മോനച്ചൻ വഴിയിൽ ഉപേക്ഷിച്ച തൊട്ടിയുമെടുത്ത് കഞ്ഞി യമ്മ ഓഫീസ് റൂമിനു സമീപത്തേക്ക് സാവധാനം നടന്നു.

കുട്ടികൾ ജനിക്കാത്തതിനെക്കുറിച്ച് കഞ്ഞിയമ്മയും ഭർത്താവ് പ്രകാ ശൻനായരും തമ്മിൽ ദിവസേന വഴക്കടിക്കും.

"കൊഴപ്പം എന്റേതല്ല" പ്രകാശൻ നായർ ഒരിക്കൽ പറഞ്ഞു.

"പിന്നെ, എനിക്കാണോ കൊഴപ്പം?" കഞ്ഞിയമ്മയും വിട്ടുകൊടു ത്തില്ല.

"നിനക്കാ കൊഴപ്പം. എടീ, ആണുങ്ങൾക്ക് സാധാരണ കൊഴപ്പം കാണത്തില്ല"

"നിങ്ങടെ കൗണ്ടു നോക്കിയോ?"

"അതെന്തുവാടീ ഈ കൗണ്ട്?"

"എന്തുവാന്ന് എനിക്കും അറിഞ്ഞുകൂടാ. മുബീന ടീച്ചർ പറഞ്ഞതാ".

"എന്തുവേണേലും നോക്കാം. ഈ കുന്ത്രാണ്ടം നോക്കാൻ എവിടാ പോവണ്ടേ?"

"ആശുപത്രിയിൽ, അല്ലാതെവിടെയാ!"

കഞ്ഞിയമ്മ അന്ന് അടുക്കളയിൽ കയറിയില്ല. മുഖം വീർപ്പിച്ച് ഒറ്റ ഇരിപ്പ്. മിണ്ടാട്ടമില്ല. പ്രകാശൻ എന്തു പറഞ്ഞിട്ടും അനുസരിക്കുന്നില്ല. മൗനവ്രതത്തിന്റെ മാറാലയിൽ കുരുങ്ങി കഞ്ഞിയമ്മ കിടന്നു. അവസാനം പ്രകാശൻനായർ അടുക്കളയിൽ കയറി. ഉപ്പുമാവ് ഉണ്ടാക്കാൻവേണ്ടി ഇഞ്ചി അരിഞ്ഞു. കടുകുവറുത്ത് ചീനച്ചട്ടിയിൽ വെള്ളം ഒഴിച്ച് റവ ഇട്ടു ഇളക്കിയപ്പോൾ അതാ നില്ക്കുന്നു കഞ്ഞിയമ്മ.

"ഞാനൊണ്ടാക്കാം" കഞ്ഞിയമ്മയുടെ മനസ്സ് അലിഞ്ഞു.

ഉപ്പുമാവ് തിന്നുകഴിഞ്ഞപ്പോൾ വീണ്ടും വഴക്കായി. പ്രകാശൻ നായർ റബ്ബർ വെട്ടാനായി തോട്ടത്തിലേക്ക് പോയി. ഒരു ദിവസം നാനൂറ് മരം വെട്ടണം. അഞ്ഞൂറ് രൂപ കൂലി. പാലെടുക്കണ്ടാ, ഷീറ്റാക്കണ്ട, വെട്ടിയിട്ടാൽ മാത്രം മതി. കഞ്ഞിയമ്മ കുറേനേരം വെറുതെ ഇരുന്നു. എന്നിട്ടു ഉച്ചക്കഞ്ഞിക്കുള്ള വെള്ളം അടുപ്പിൽ വച്ചു. കത്തിക്കാൻ വിറകില്ല. കുറെ ഓലച്ചൂട്ട് പൊടിച്ച് കലത്തിന്റെ കീഴിൽ കത്തിച്ചപ്പോൾ കഞ്ഞി തിളച്ചു.

"നമുക്കൊരു ഡാക്കിട്ടറെ കണ്ടാലോ?"

പ്രകാശൻ നായർ തിരിച്ചെത്തിയപ്പോൾ കഞ്ഞിയമ്മ ചോദിച്ചു.

പ്രകാശൻ നായർ അനുസരിച്ചു.

സ്ത്രീകളേയും കുട്ടികളേയും മാത്രം ചികിത്സിക്കുന്ന ഒരു ആശുപത്രിയായിരുന്നു അത്. കുട്ടികളില്ലാത്തവർ അവിടെ ചെന്നാൽ പ്രസവിച്ചിരിക്കും. എന്താണതിന്റെ മറിമായമെന്ന് പ്രസവിച്ചവർക്കോ അവിടെ ജോലിചെയ്യുന്നവർക്കോ അറിയില്ല. കാക്കയും വന്നു; പനമ്പഴയും വീണു എന്നു പറയുന്നതുപോലെ ഡോക്ടറെ കണ്ടു, കുട്ടികളുണ്ടായി എന്നാണ് അമ്മമാരായ സ്ത്രീകളുടെ അഭിപ്രായം. ഡോക്ടർ പരിശോധിച്ചതായി അറിയാം. പിന്നൊന്നും ഓർമ്മയില്ല.

ഡോക്ടറുടെ മുറിയുടെ മുമ്പിൽ പല നിറത്തിലും തരത്തിലും നീളത്തിലും വണ്ണത്തിലുമുള്ള ഗർഭിണികൾ ആലുവ മണപ്പുറത്ത് ശിവരാത്രി കാണാൻ നില്ക്കുന്നവരെപ്പോലെ നിരന്നുനിന്നു. ഈ ലോകത്ത് ഇത്രയധികം ഗർഭിണികളുണ്ടോ എന്ന് കഞ്ഞിയമ്മ സംശയിച്ചു. ചിലരുടെ വയർ താമരമൊട്ട്, ചിലരുടേത് പരന്ന് താഴോട്ടിറങ്ങിയത്. ഉന്തിയ വയറുള്ളവർ, ശബരിമലയിലെ വഴിയിലെ കഴുതയെപ്പോലെ ഉറക്കം തൂങ്ങി നിന്നു. ഉത്സവാന്തരീക്ഷം കണ്ടപ്പോൾ കഞ്ഞിയമ്മയ്ക്ക് ഒരു ഉത്സാഹവും തോന്നിയില്ല. അവശേഷിച്ച ആവേശവും ചോർന്ന് ചോർന്ന് ഇല്ലാതെയായി. കിടക്കാൻ പായും കഴിക്കാൻ ആഹാരവും കുടിക്കാൻ വെള്ളവും കൊണ്ടുവരാമായിരുന്നു എന്ന് കഞ്ഞിയമ്മ വിചാരിച്ചു. ബാറുകളടച്ച ഈ

സമയത്തുപോലും മദ്യം വാങ്ങാൻ ഇത്രയും പ്രയാസമില്ലെന്ന് പ്രകാശൻ നായർ ചിന്തിച്ചു. പേരു രജിസ്റ്റർ ചെയ്യുമ്പോൾ കൗണ്ടറിൽനിന്നും ഒരു ചെറിയ കടലാസ് തുണ്ടിൽ ഒരു നമ്പർ കഞ്ഞിയമ്മയെ ഏല്പിച്ചിരുന്നത് അവർ മറിച്ചുനോക്കി.

അറുപത്തിമൂന്ന്

"എത്ര നമ്പർ വരെ കേറി?"

തീയേറ്ററിൽ ടിക്കറ്റ് മുറിക്കാൻ നില്ക്കുന്ന ആളെപ്പോലെ വാതിലിൽ നിന്ന നഴ്സിനോട് കഞ്ഞിയമ്മ ചോദിച്ചു.

"ഒൻപത്"

"ഡോക്ടർ അകത്തുണ്ടോ?"

"ഇല്ല, ഒരു സീരിയസ് കേസ് വന്നു. ലേബർ റൂമിലാ".

"എപ്പോൾ തിരിച്ചുവരും"

"അറിയത്തില്ല".

കഞ്ഞിയമ്മ കാത്തിരുന്നു. നാലുമണിയോടെ ഡോക്ടർ എത്തി. അയാൾ ഒരു സുന്ദരനായിരുന്നു. പ്രേംനസീറിനേപ്പോലെ. ഏതുപെണ്ണ് കണ്ടാലും ഒന്ന് കോരിത്തരിക്കുന്ന ആകാരസൗഷ്ടവം.

"എന്താണസുഖം?"

"കുട്ടികളുണ്ടാവുന്നില്ല" ഉത്തരം പറഞ്ഞത് പ്രകാശൻ നായരാണ്.

"നിങ്ങൾ കൗണ്ട് നോക്കിയോ?"

"ഇല്ല"

"എന്നാൽ, ആദ്യം അത് നോക്ക്. ബാക്കി പിന്നെ"

നഴ്സ് പ്രകാശൻ നായരെ പുറത്തേക്ക് ആനയിച്ചു.

കുഞ്ഞിയമ്മ കൂടെചെന്നു.

"നിങ്ങൾ വരണ്ട"

നഴ്സ് കഞ്ഞിയമ്മയെ തടഞ്ഞു.

"പിന്നെങ്ങനാ അതെടുക്കുന്നെ?"

"അതിന് ഒരാളെ ശമ്പളത്തിന് വച്ചിട്ടുണ്ട്. ശമ്പളം ഇച്ചിരി കൂടുതലാണെന്നു മാത്രം"

നഴ്സ് മറ്റൊരു കതകിൽ മുട്ടി. തടിച്ച ഒരു സ്ത്രീ കതക് തുറന്നു. ഒരു ഇരയെ കിട്ടിയ സന്തോഷത്തിൽ അവർ ചിരിച്ചു. സാരിയാണ് അവരുടെ വേഷം. തലയിൽ മുല്ലപ്പൂചൂടിയിട്ടുണ്ട്. പൗഡറും സ്പ്രേയും കൂടിക്കലർന്ന ഒരു സങ്കരമണം അവിടെ പറന്നു നടന്നു. നല്ലതടി. ചെത്തുകാരൻ സുഗുണനെയാണ് പ്രകാശൻനായർ അപ്പോൾ ഓർത്തത്.

"അഴിച്ചു വയ്ക്ക്"

"എന്തോന്ന്?" പ്രകാശൻ ഭയത്തോടെ ചോദിച്ചു.

"തുണിയൊക്കെ" സ്ത്രീയുടെ ശബ്ദത്തിന് കാഠിന്യം. "എന്നിട്ട് കേറിക്കിടക്ക്".

പ്രകാശൻ നായർ വല്ലാതെ നാണിച്ചു. കഞ്ഞിയമ്മ പോലും അയാളുടെ നഗ്നത വ്യക്തമായി കണ്ടിട്ടില്ല. പ്രകാശൻ നായരുടെ മുഖത്തെ

പ്രകാശം പൊടുന്നനെ കെട്ടു. തൂക്കിക്കൊല്ലാൻ വിധിച്ച കുറ്റവാളിയെപ്പോലെ അയാൾ ദയനീയമായി സ്ത്രീയുടെ മുഖത്തേക്ക് നോക്കി.

"അഴിച്ചുവയ്ക്കടോ"

അതൊരലർച്ചയായിരുന്നു.

പ്രകാശൻ നായർ സ്വയം വസ്ത്രാക്ഷേപം നടത്തി കട്ടിലിൽ കയറിക്കിടന്നു. എന്തൊക്കെയോ നടക്കുന്നതറിയാം. ഒന്നും വ്യക്തമായി ഓർത്തെടുക്കാൻ പറ്റുന്നില്ല. അവസാനം ഒരു ചെറിയകുപ്പി അയാളുടെ കൈവെള്ളയിൽ വച്ചിട്ടു സ്ത്രീ പറഞ്ഞു.

"ലാബറട്ടറി താഴെയാ. അവിടെ കൊണ്ടുകൊട്".

വിദഗ്ദ്ധനായ ഡോക്ടർ പല്ലെടുത്ത് കഴിയുമ്പോഴാണ് രോഗി അക്കാര്യമറിയുന്നത്. അതുപോലെ പ്രകാശൻ നായർ ഒന്നും അറിഞ്ഞില്ല. എത്ര ഈസി? കുപ്പിയുമായി വരുന്നതു കണ്ടപ്പോൾ കഞ്ഞിയമ്മയുടെ കണ്ണ് പുറത്തേക്ക് തെറിച്ചു. എന്തായാലും കാര്യം സാധിച്ചല്ലോ. അവർ ആശ്വസിച്ചു. എല്ലാം നല്ലതിനാണ്. അവർ പിറുപിറുത്തു. പരിശോധനയിൽ പ്രകാശൻനായർക്കു പ്രശ്നങ്ങളൊന്നുമില്ലെന്ന് തെളിഞ്ഞു. വീണ്ടും ഡോക്ടറെ കണ്ടു. ഡോക്ടർ കഞ്ഞിയമ്മയെ വിശദമായി പരിശോധിച്ചു. മുട്ടുമടക്കി കിടക്കാൻ ഡോക്ടർ പറഞ്ഞു. ഡോക്ടർ എന്തൊക്കെയോ ചെയ്തു. കഞ്ഞിയമ്മയ്ക്ക് ഒന്നും ഓർമ്മയില്ലായിരുന്നു. ഗുളികയ്ക്കും കുടിക്കാനുള്ള മരുന്നിനും എഴുതിക്കൊടുത്തു. ഒരു മാസം കഴിഞ്ഞു വാ, ഡോക്ടർ പറഞ്ഞു.

ഹെഡ്മിസ് എത്തുന്നതിനു മുമ്പേ സ്കൂളിലെ പ്രാർത്ഥനയും അസംബ്ലിയും കഴിഞ്ഞു. ഓരോ ക്ലാസിലെയും കുട്ടികൾ വരിവരിയായി മുറ്റത്ത് നിന്നു. പെൺകുട്ടികളും ആൺകുട്ടികളും ഇടകലർന്നാണ് നിന്നത്. ഒന്നാം ക്ലാസിലെ വരിയിൽ അഞ്ചുകുട്ടികൾ മാത്രം. നാലാം ക്ലാസിൽ പതിനാല്. പി ടി എ പ്രസിഡന്റ് ക്ഷേത്രത്തിലേക്കുള്ള യാത്രയ്ക്കിടയിൽ സ്കൂളിൽ കയറി. കഞ്ഞിയമ്മ ഭവ്യതയോടെ നിന്നു. മുബീന ടീച്ചർ ധൃതിയിൽ പ്രസിഡന്റിനു സമീപമെത്തി.

"കഞ്ഞിവയ്ക്കാൻ ഒരാളെ കണ്ടുപിടിക്കണം"

"കഞ്ഞിയമ്മയ്ക്കെന്തു പറ്റി?"

"അമ്മയാകാൻ പോകുന്നു" മുബീന ടീച്ചർ ചിരിച്ചുകൊണ്ട് പറഞ്ഞു. പി ടി എ പ്രസിഡന്റ് ഞെട്ടി. നെഹ്റു മരിച്ചപ്പോഴായിരുന്നു അയാളുടെ ആദ്യഞെട്ടൽ. ഭാരതകേസരി മരിച്ചപ്പോഴും ഞെട്ടി. ഇത് മൂന്നാം തവണ.

"കഞ്ഞി വയ്ക്കാൻ ആളെന്തിനാ. മുബീന ടീച്ചർ മതിയല്ലോ. അരി കഴുകി വെള്ളത്തിലിട്ടാൽ അവിടെ കിടന്നു വെന്തോളും. പ്രത്യേകിച്ച് ഒന്നും ചെയ്യണ്ട" പി ടി എ പ്രസിഡന്റ് പറഞ്ഞു. മുബീന ടീച്ചർ തല വല്ലാതെ കുലുക്കി. പ്രസിഡന്റ് ഇറങ്ങാൻ നേരം തിണ്ണയിലിരുന്ന കഞ്ഞിയമ്മ എഴുന്നേല്ക്കാൻ ശ്രമിച്ചു.

"ശരീരം അനക്കണ്ട, ഇരുന്നോളൂ".

ഏതാണ്ട് പതിനൊന്നു മണിയോടെ ഹെഡ്മിസ് എത്തി. വിവരങ്ങൾ

അറിഞ്ഞു കഞ്ഞിയമ്മയ്ക്ക് അവധി നല്കി.

പ്രകാശൻ നായരും കഞ്ഞിയമ്മയും വീണ്ടും ഡോക്ടറെ കാണാനെത്തി. വിവരങ്ങൾ പറഞ്ഞപ്പോൾ ഡോക്ടർ ചിരിച്ചു. അയാൾ കഞ്ഞിയമ്മയെ വിശദമായി പരിശോധിച്ചു. പരിശോധന കഴിഞ്ഞപ്പോൾ അദ്ദേഹം ഞെട്ടിത്തരിച്ചു. കുറേനേരം അദ്ദേഹം പ്രാർത്ഥനയോടെ ഇരുന്നു. എന്നിട്ട് ഇങ്ങനെ പറഞ്ഞു. "ഇത് ഗർഭമല്ല, 'ഫാൾസ് പ്രെഗ്നൻസി' എന്ന് ഞങ്ങൾ പറയും. താൻ ഗർഭിണിയാണെന്ന് ഒരു സ്ത്രീക്ക് ആത്മാർത്ഥമായി തോന്നിയാൽ ഗർഭത്തിന്റെ എല്ലാ ലക്ഷണങ്ങളും കാണിക്കും. മെൻസസ് ഇല്ലാതെയാവും. വയർ വീർത്തുവരും. കുട്ടി അനങ്ങുന്നതായി അനുഭവപ്പെടും. എല്ലാം ഒരുതരം തോന്നലാണ്. മാങ്ങാ ഉപ്പുകൂട്ടി തിന്നണമെന്നു തോന്നും. വിളർച്ച, ഛർദ്ദി ഒക്കെയുണ്ടാവും. പക്ഷേ, സത്യത്തിൽ ഗർഭിണിയായിരിക്കുകയില്ല. വീണ്ടും ശ്രമിക്കൂ".

കഞ്ഞിയമ്മയുടെ കഥ ഇവിടെ അവസാനിക്കുന്നില്ല. അവർ വിങ്ങിപ്പൊട്ടി കരഞ്ഞു എന്നുള്ളത് സത്യം. പക്ഷേ, കണ്ണീർ തുടച്ച് മനസ്സിന്റെ ബാലൻസ് വീണ്ടെടുത്ത് അവർ സ്കൂളിലേക്കു പോയി. സ്കൂൾമുറ്റം നിറയെ കുട്ടികളെ കണ്ട് അവർ സന്തോഷിച്ചു. ചിലർ 'ചക്ക്' കളിക്കുന്നു. ചിലർ 'കള്ളനും പൊലീസും'. ആൺകുട്ടികൾ കയ്യാലപ്പുറത്തു കയറിനിന്ന് ഉയരത്തിൽ മൂത്രമൊഴിക്കുന്നു. ഉപ്പനച്ചം ഇതേവരെ വാടിയിട്ടില്ല. മാവിൻചുവട്ടിൽനിന്ന മോനിച്ചൻ കഞ്ഞിയമ്മയെ കണ്ടപ്പോൾ ഓടിച്ചെന്നു. കഞ്ഞിയമ്മ മോനിച്ചനെ തന്റെ ശരീരത്തോടു ചേർത്തുനിർത്തി ഉറക്കെ കരഞ്ഞു. എന്നിട്ട്, കഞ്ഞിവയ്ക്കാനുള്ള ഒരുക്കങ്ങൾ തുടങ്ങി.

7

തലയിൽ പഞ്ഞിക്കൂടുള്ള ഒരാൾ

റോഡരുകിലെ രണ്ടുനില വീടിനു സമീപം നിർത്തിയ കാറിൽ നിന്നും ആദ്യം ഇറങ്ങിയത് തമ്പിസാർ ആയിരുന്നു. ആറടി നീളം, മെലിഞ്ഞശരീരം, അയഞ്ഞ ജൂബ്ബ, വെളുത്തമുടി അലങ്കരിക്കുന്ന ഉയർന്ന ശിരസ്സ്, കട്ടിയുള്ള വെളുത്തു നരച്ച പുരികം, നരച്ചമീശ, ഇരുണ്ടനിറം, തടവറയിൽ കയറാൻ ഒരുങ്ങുന്ന കുറ്റവാളിയുടെ മുഖത്തെ പരിഭ്രമം, എന്നെന്നേക്കുമായി വീടുപേക്ഷിച്ചുപോന്ന പെൺകുട്ടിയുടെ മുഖത്തെ ദൈന്യത. ഇതൊക്കെയായിരുന്നു തമ്പിസാർ. വീടിനു മുൻവശത്തെ കാട് കണ്ടപ്പോൾ തമ്പിസാറിന് സന്തോഷം തോന്നി. കാട് മൂടിയ ഏതുസ്ഥലവും അദ്ദേഹത്തിന് വീടുതന്നെയാണ്. സ്വന്തം വീടിനുചുറ്റും വനംപോലെയാണ് കാട്. വീട്ടിലേക്ക് ഇറങ്ങുന്ന ഭാഗത്ത് ഈറ്റക്കാട്, താഴോട്ടിറങ്ങുമ്പോൾ കുറ്റിക്കാട്, വീടിനുചുറ്റും ചെമ്പരത്തിക്കാട്. വെളിച്ചം വീട്ടിലേക്കു കയറാതെ തടഞ്ഞുനിർത്തുന്ന കാടുകളൊക്കെ വെട്ടിക്കളയണമെന്ന് നിർമ്മല ടീച്ചർ പലപ്പോഴും പറയാറുണ്ടെങ്കിലും തമ്പിസാർ അനുസരിക്കാറില്ല. കാടുണ്ടെങ്കിൽ ധാരാളം ഓക്സിജൻ കിട്ടും. മനുഷ്യർക്ക് ശ്വസിക്കാം, ആരോഗ്യം താനേവരും. തമ്പി സാറിന്റെ മറുപടി കേൾക്കുമ്പോൾ, പാമ്പുകടിയേറ്റ് മരിക്കാനായിരിക്കും തന്റെ തലേലെഴുത്ത് എന്ന് നിർമ്മലടീച്ചർ ആരോടെന്നില്ലാതെ ആത്മഗതമെന്നോണം പറയും. ഭീതിയുടെ അംശം നിർമ്മല ടീച്ചറിന്റെ വാക്കുകളിൽ നിഴലിച്ചിട്ടുണ്ടോ എന്ന് തമ്പിസാർ പ്രത്യേകം നിരീക്ഷിക്കും. എന്നിട്ട് ചിരിക്കും. മഴക്കാലത്ത് ഉയരത്തിൽ വളർന്നു നില്ക്കുന്ന മുന്നണിപ്പച്ചകളിൽ പറ്റിയിരിക്കുന്ന വെള്ളത്തുള്ളികൾ ശരീരത്തിൽ വീഴാതെ തമ്പിസാറിന്റെ വീട്ടിൽ കയറാൻ കഴിയില്ല എന്ന സത്യം എല്ലാവർക്കുമറിയാം. കാടിനുള്ളിൽ വിശ്രമിക്കുന്ന കറുത്ത പശുവിനെ കണ്ടപ്പോൾ ആവേശത്തോടെ തമ്പിസാർ

ചുറ്റിലും കണ്ണോടിച്ചു. എത്ര മനോഹരമായ സ്ഥലം!

"ഇതാണോ മോളേ നീ പറഞ്ഞ വാടകവീട്?"

"അതെ, അച്ഛാ"

മകൾ കാറിൽ നിന്നുമിറങ്ങി അച്ഛനു സമീപം നിന്നു. സുമംഗല എന്നാണ് മകളുടെ പേര്. അത്ര സുന്ദരിയൊന്നുമല്ലെങ്കിലും കാണാൻ അഴകുണ്ട്. സുമംഗലയുടെ നെറ്റിയിൽ, വിയർപ്പിൽ അലിഞ്ഞ ചന്ദനപ്പൊട്ടുണ്ട്. തോളിൽ വാടിയ ചീരത്തണ്ടുപോലെ ഇളയകുട്ടി ഉറങ്ങുന്നുണ്ട്. മൂത്തകുട്ടി ഉറക്കത്തിലായിരുന്നെങ്കിലും ഉണർന്നിട്ടുണ്ട്. മൂത്തകുട്ടിക്ക് തമ്പിസാറാണ് പേരിട്ടത് 'മിഴി'. ഇളയകുട്ടിക്ക് പേര് കണ്ടുപിടിച്ചത് സുമംഗല. 'മൊഴി'. മൂന്നാമതൊരു കുട്ടിയുണ്ടായാൽ എന്ത് പേരിടണമെന്ന് ചിന്തിച്ചാണ് തമ്പിസാറിന്റെ തല ഇത്രമാത്രം നരച്ചതെന്ന് നിർമ്മല ടീച്ചർ കൂടെക്കൂടെ കളിയാക്കും.

"എന്താ മോളേ ഈ സ്ഥലത്തിന്റെ പേര്?"

"പൂങ്കുളം"

"നല്ല പേര്, കിഴക്കേക്കോട്ടേന്നു എത്രദൂരം വരും"

"ഏകദേശം പത്തുകിലോമീറ്റർ"

മൊഴിയെ സുമംഗലയുടെ തോളിൽ നിന്നും സ്നേഹപുരസ്സരം തന്റെ തോളിലേക്ക് അടർത്തി മാറ്റിയിട്ട് വാടകവീടിന്റെ ഗേറ്റിനു സമീപം തമ്പിസാർ നിന്നു. രണ്ടു കൈയിലും വലിയ സഞ്ചികൾ തൂക്കി നിർമ്മല ടീച്ചറും പുറത്തിറങ്ങി.

"ഇതാണു നമ്മുടെ പുതിയ ജയിൽ"

തമ്പിസാർ നിർമ്മല ടീച്ചറിനെ നോക്കിപ്പറഞ്ഞു.

"തടവ് എത്ര നാളത്തേക്കാ?" തമ്പിസാർ സുമംഗലയെ നോക്കി ചോദിച്ചു. സുമംഗല ചിരിക്കുക മാത്രം ചെയ്തു. അച്ഛന്റെ എല്ലാ ചോദ്യങ്ങൾക്കും ഉത്തരമില്ലാത്തതുകൊണ്ട് സുമംഗല മൗനം ദീക്ഷിച്ചു.

"പുള്ളാരെ വളർത്തേണ്ട ജോലി നമ്മടെയാ. അതിന് സമയമൊന്നുമില്ല". നിർമ്മല ടീച്ചർ കണ്ണടയ്ക്കിടയിലൂടെ വീടിന്റെ മുകൾഭാഗത്തേക്കു നോക്കി. സിറ്റൗട്ടുണ്ട്. അടുക്കള പടിഞ്ഞാറു വശത്താവും. കന്നിമൂലയുടെ കുഴപ്പങ്ങളൊന്നും അവരുടെ ശ്രദ്ധയിൽ പെട്ടില്ല.

തമ്പിസാറിനോളം പ്രായമുള്ള ഒരു സ്ത്രീയാണ് ഗേറ്റ് തുറന്നത്. അവർ തമ്പിസാറിനെ അടിമുടി നോക്കിയിട്ട് വെപ്രാളത്തോടെ മുറിക്കുള്ളിലേക്കു പോയി. അവരുടെ കണ്ണുകളിൽ വേദനയുടെ വണ്ടുകൾ പറക്കുന്നുണ്ടോയെന്ന് തമ്പിസാർ സംശയിച്ചു. സ്വന്തം വീട്ടിൽ പുതിയ വാടകക്കാർ വന്നപ്പോൾ ഒന്നുംമിണ്ടാതെ പോയത് അത്ര ശരിയായില്ല എന്ന് തമ്പിസാർ വിചാരിച്ചു. ഒരുപക്ഷേ, അവൾ ഊമയായിരിക്കാമെന്ന് അദ്ദേഹം ഊഹിച്ചു. അവരുടെ മുഖത്ത് പെയ്തൊഴിയാൻ വെമ്പൽ കൊള്ളുന്ന കാർമേഘംപോലെ ദുഃഖം കട്ടപിടിച്ചു കിടക്കുന്നതായി തോന്നിയെങ്കിലും കൂടുതലൊന്നും ആലോചിക്കാതെ തമ്പിസാർ മുറ്റ

ത്തുകയറി.

വീതികുറഞ്ഞ മുറ്റം കോൺക്രീറ്റ് ചെയ്തിരുന്നെങ്കിലും മുറ്റമാകെ ഉണങ്ങിയതും ഉണങ്ങാത്തതുമായ കോഴിക്കാഷ്ഠം കണ്ടപ്പോൾ മുന്നോട്ടു പോകാൻ കഴിയാതെ തമ്പിസാർ നിന്നു. കോഴിക്കാഷ്ഠത്തിന്റെ നാറ്റം ഏറ്റപ്പോൾ തമ്പിസാറിന്റെ മുഖത്ത് നേരത്തേ വിരിഞ്ഞ സന്തോഷം മാഞ്ഞു.

"ഇവിടെ കോഴിയൊണ്ടോ മോളേ?"

"ഒണ്ടച്ഛാ"

സ്വന്തംവീട്ടിൽ ഒരിക്കലും കോഴിയെ വളർത്താൻ അദ്ദേഹം അനുവദിച്ചില്ല. വീടും പരിസരവും കോഴികൾ അപ്പിയിട്ട് വൃത്തികേടാക്കും. പരന്നുകിടക്കുന്ന അടക്കോഴിയുടെ കാഷ്ഠം കാണുമ്പോൾ തമ്പിസാർ ഓക്കാനിക്കും. മുന്നോട്ടുപോകാൻ കഴിയാതെ തമ്പിസാർ നനഞ്ഞ ചുണ്ടെലിപോലെ വിറച്ചു.

"ഇനീപ്പം അതൊന്നും നോക്കീട്ടു കാര്യമില്ല. നനഞ്ഞിറങ്ങിയാൽ കുളിച്ചു കേറണം. കാലേൽ ചെരുപ്പുണ്ടല്ലോ. അതോണ്ട് കോഴിത്തീട്ടം കാലേൽ പറ്റത്തില്ല. മോളിച്ചെന്ന് ചെരുപ്പും കാലും കഴുകിയാൽ മതി". നിർമ്മല ടീച്ചർ നടന്നുകൊണ്ടു പറഞ്ഞു.

മണിച്ചിത്രത്താഴ് സിനിമയിൽ കുതിരവട്ടം പപ്പു വട്ടത്തിൽ ചാടിയതുപോലെ തമ്പിസാർ കാലുകൾ നീട്ടി, കോഴിക്കാഷ്ഠം ഒഴിഞ്ഞ് വൃത്തത്തിൽ ചാടുന്നതു കണ്ടപ്പോൾ സുമംഗല ഉള്ളിൽ ചിരിച്ചെങ്കിലും ഗൗരവം വിടാതെ തമ്പിസാറിന്റെ പുറകെ നടന്നു. അപ്പോഴും തമ്പിസാറിന്റെ തോളിൽക്കിടന്ന് 'മൊഴി' സുഖമായി ഉറങ്ങി. പുരികം വളച്ച് മുഖം വിറപ്പിച്ച് തമ്പിസാർ മുകളിലേക്കു കയറാനുള്ള പടിയുടെ സമീപമെത്തി.

രണ്ടുദിവസം മുമ്പ് താക്കോൽ വാങ്ങാനായി വന്നപ്പോൾ സുമംഗലയുടെ ചിന്തമുഴുവൻ വീതികുറഞ്ഞ കുത്തനെയുള്ള പടികളായിരുന്നു. തമ്പിസാറിന്റെ കാൽമുട്ട് അത്ര കണ്ടഭീഷനല്ല. കാലിലെ ചിരട്ട എപ്പോഴാണ് തെറ്റുന്നതെന്ന് അറിയില്ല. ചിരട്ടതെറ്റിയാൽ തമ്പിസാറിന് എഴുന്നേറ്റു നില്ക്കാൻ കഴിയില്ല. പൊടുന്നനെ പടിയുടെ താഴെയുള്ള പട്ടിക്കൂട്ടിൽനിന്നും വലിയ ഒരു നായ് കുരയ്ക്കാൻ തുടങ്ങി. സുമംഗല അന്ധാളിച്ചു നില്ക്കുമ്പോൾ തമ്പിസാറിന്റെ മുഖം ദേഷ്യംകൊണ്ടു ചുമന്നു. പട്ടി കൂട്ടിലാണെങ്കിലും കുരയുടെ പ്രകമ്പനം തമ്പിസാറിന്റെ ഹൃദയമിടിപ്പ് കൂട്ടി. മുളച്ചു പൊന്തിനിന്ന മുഖത്തെ വെളുത്ത കുറ്റിരോമങ്ങൾ വിറച്ചു. വാടകവീട്ടിൽ പട്ടിയുണ്ടെന്നുള്ള വിവരം സുമംഗല അച്ഛനിൽ നിന്നും മറച്ചുവച്ചു. പട്ടിയുണ്ടെന്നറിഞ്ഞാൽ ഒരുപക്ഷേ, വാടകവീട്ടിലേക്ക് വരാതിരിക്കാനും മതി. കോഴിയെപ്പോലെ, വീട്ടിൽ പട്ടിയെ വളർത്തുന്നതും തമ്പിസാർ ശക്തമായി എതിർത്തിരുന്നു. സ്വന്തം സുഖത്തിനും രക്ഷയ്ക്കും വേണ്ടിയാണ് എല്ലാവരും പട്ടിയെ വളർത്തുന്നത്. പക്ഷേ, പൊതുജനത്തിന് അതൊരു ശല്യമാണ്. വീട്ടിലേക്കു കയറി വരുന്നവ

രുടെ നേരേ കുരയ്ക്കും. ചിലപ്പോൾ കടിക്കും. ഇതൊക്കെ ഒഴിവാക്കേണ്ടതാണ് എന്നാണ് അദ്ദേഹത്തിന്റെ അഭിപ്രായം. മറ്റുള്ളവരും നമ്മളെപ്പോലെതന്നെ മനുഷ്യരാണ്. അവരെ സ്നേഹിക്കുകയും സഹായിക്കുകയും ചെയ്യണം. അവനവൻ ആത്മസുഖത്തിനാചരിക്കുന്നവ അപരന് സുഖമുണ്ടാക്കിയില്ലെങ്കിലും ദുഃഖമുണ്ടാക്കരുതെന്നാണ് തമ്പിസാറിന്റെ ശക്തമായ അഭിപ്രായം.

കുറെ വർഷങ്ങൾക്കുമുമ്പ് തമ്പിസാറിനെ വേദനിപ്പിച്ച ഒരു സംഭവമുണ്ടായി. സുമംഗല അന്ന് ഒന്നാംക്ലാസിൽ പഠിക്കുകയായിരുന്നു. തമ്പിസാറും മകളും സ്കൂളിലേക്കുള്ള വഴിയിൽ ഒരു തോടിന്റെ കരയിലൂടെ നടക്കുകയായിരുന്നു. മിഥുന മാസമായതുകൊണ്ട് തോട്ടിൽ നിറയെ വെള്ളമുണ്ടായിരുന്നു. വഴിവക്കിലെ ഒരു വീട്ടിൽനിന്നും ഒരു പട്ടി കുരച്ചുകൊണ്ട് അവരുടെ മുന്നിൽ ചാടി. തമ്പിസാർ നിശ്ചലനായി നിന്നെങ്കിലും സുമംഗല ഭയന്ന് വിറച്ച് മുന്നോട്ടോടി. പട്ടി പിറകെ ഓടി. സുമംഗല തോട്ടിലേക്കു ചാടി. തമ്പിസാർ കൂടെചാടി. മകളെ രക്ഷിച്ച് കരയ്ക്കെത്തിച്ചു. മുണ്ടും ഷർട്ടും നനഞ്ഞിരുന്നു. അന്നു തമ്പിസാർ ചെറുപ്പമായിരുന്നു. മകളെ റോഡരുകിൽ നിർത്തിയിട്ട്, പട്ടി ഇറങ്ങിവന്ന വീട്ടിലേക്കു ദേഷ്യത്തോടെ നടന്നുചെന്നു. ഗൃഹനാഥൻ പൂമുഖത്ത് തുണിക്കസേരയിൽ പത്രം വായിച്ചുകൊണ്ടിരിക്കുന്നതു കണ്ടു. മുറ്റത്ത് വിറക് കീറി ഉണങ്ങാനിട്ടതിൽ നിന്നും കനമുള്ള ഒരു കഷണമെടുത്ത് ഗൃഹനാഥനെ തല്ലി. ആദ്യത്തെ അടിക്കുതന്നെ കസേരത്തുണി കീറി അയാൾ താഴെ വീണു. എന്തിനാണ് നിങ്ങൾ എന്നെ തല്ലുന്നതെന്ന് ഗൃഹനാഥൻ കരഞ്ഞുകൊണ്ടു ചോദിച്ചു. ഉത്തരമൊന്നും പറയാതെ വീണ്ടും അയാളുടെ മുഖത്തും ശരീരത്തിലും തമ്പിസാർ ആഞ്ഞടിച്ചു.

“പട്ടിയെ മര്യാദയ്ക്കു വളർത്തണം, കേട്ടോടാ നായിന്റെ മോനേ”

ഗൃഹനാഥൻ ചോരയിൽ കുളിച്ച് തിണ്ണയിൽ കിടന്നു. ശബ്ദം കേട്ട് വീടിനുള്ളിൽനിന്നും പുറത്തേക്ക് പറന്നെത്തിയ സ്ത്രീകളുടെ കൂട്ടക്കരച്ചിലിനിടയിൽ തമ്പിസാർ മകളേയും കൂട്ടി സ്കൂളിലേക്കു നടന്നു. കേസായി. പൊലീസെത്തി. കോടതി തമ്പിസാറിനെ ശിക്ഷിച്ചു. എങ്കിലും, താൻ ചെയ്തത് ശരിയാണെന്ന് തമ്പിസാർ ഇപ്പോഴും വിശ്വസിക്കുന്നു.

പട്ടിക്കൂടിനു സമീപം തമ്പിസാർ വിവശനായി നിന്നു

“ഇവിടെ പട്ടിയുണ്ടെന്ന് എന്താ മോളേ നേരത്തെ പറയാതിരുന്നത്?”

“മറന്നുപോയി”

“അതോ മറച്ചുവച്ചതോ?”

“അല്ല. അച്ഛൻ പതിയെ കേറിവാ”

സുമംഗല മുകളിൽനിന്നു വിളിച്ചു.

മൊഴിയെ തോളിൽനിന്നും നിർമ്മല ടീച്ചറിലേക്ക് പകർന്നു.

“സൂക്ഷിച്ചു കേറണേ, പതിനെട്ടു പടിയൊണ്ട്”

“അപ്പോ, ഇപ്രാവശ്യം ശബരിമലേൽ പോവണ്ട”

തമ്പിസാറും സുമംഗലയും ചിരിച്ചു. നിർമ്മല ടീച്ചർ ഗൗരവം വിടാതെ നിന്നു. അവർ ഒരു കാര്യത്തിനും തമ്പിസാറിനെപ്പോലെ തല പുകയ്ക്കാറില്ല.

തമ്പിസാർ ഓരോപടിയും സാവധാനം താണ്ടി മുകളിലെത്തി ക്ഷീണിച്ചുനിന്നു.

"ആ പട്ടിക്കൂട് അവിടുന്ന് മാറ്റാൻ പറയണം"

"അതിപ്പം ഒക്കുമോ" നിർമ്മല ടീച്ചർ ഇടപെട്ടു. "വീട് അവരുടേത്. പട്ടി അവരുടേത്. കൂട് അവരുടേത്. പട്ടിക്കൂട് എവിടെയാണ് വെക്കേണ്ട തെന്ന് അവരല്ലേ തീരുമാനിക്കേണ്ടത്"

"ആണ്, എന്നാലും....."

"ഒരെന്നാലുമില്ല"

നിർമ്മല ടീച്ചർ മുന്നിലും തമ്പിസാർ പിന്നിലുമായി വീടിനകത്ത് കയറി.

"കട്ടിലില്ല. തറേൽ കെടക്കണം. അടുത്ത പ്രാവശ്യം വരുമ്പം വീട്ടീന്ന് ഒരു കട്ടിൽ കൊണ്ടുവരാം."

"ജയിലിൽ കട്ടിൽ വേണമെന്ന് ഒരു തടവുപുള്ളിയും പറയാറില്ല. പറഞ്ഞാലും നടക്കില്ല".

നിർമ്മല ടീച്ചർ ഗൗരവത്തോടെ തമ്പിസാറിനെ നോക്കി പേടിപ്പിച്ചു. സുമംഗല ഒന്നും പറഞ്ഞില്ല.

നിർമ്മല ടീച്ചർ വീട്ടിലെ സൗകര്യങ്ങളൊക്കെ ഒന്നു പരിശോധിച്ചു. മുറികൾക്കൊക്കെ ഒരു വൃത്തിയുണ്ട്. പുതുതായി പെയിന്റടിച്ചതാണ്. അതുകൊണ്ട് അഴുക്കില്ല. അടുക്കളയ്ക്ക് വലിപ്പക്കുറവുണ്ടെങ്കിലും അതൊരു പോരായ്മയായി തോന്നിയില്ല. കിണറില്ലാത്തതാണ് ഏറ്റവും വലിയ പ്രശ്നം. പൈപ്പ് വെള്ളത്തിൽ ക്ലോറിനുണ്ടാവും. മുടി കൊഴിയും. മുടിയുടെ അഴക് കണ്ടിട്ടാണ് പണ്ട് തമ്പിസാർ കല്യാണം ആലോചിച്ച തുതന്നെ. പിറകിൽ നിതംബം കവിഞ്ഞുകിടന്ന മുടിയുമായി ക്ഷേത്ര ദർശനം കഴിഞ്ഞു മടങ്ങുമ്പോഴാണ് നിർമ്മല ടീച്ചറിനെ തമ്പിസാർ കണ്ടതും കൊതിച്ചതും കല്യാണം കഴിച്ചതും. കല്യാണം കഴിഞ്ഞപ്പോൾ തമ്പിസാർ പറഞ്ഞു.

"മുടി കാണാനും കവിതയെഴുതാനുമൊക്കെ നല്ലതാ. പക്ഷേ, ഉപ ദ്രവമാ. തലയിൽ തേക്കാൻതന്നെ ദിവസോം ഇടങ്ങഴി എണ്ണ വേണം. അതോണ്ട് പകുതി മുറിച്ചു കളഞ്ഞാലോ?"

നിർമ്മല ടീച്ചർ അനുസരിച്ചു.

മുടി മുറിച്ചു.

ഭർത്താവ് പറയുന്നത് അനുസരിക്കുകയാണ് ഭാര്യയുടെ ധർമ്മം.

വെള്ളം ചൂടാക്കിയാണ് നിർമ്മല ടീച്ചർ കുളിക്കുന്നത്. വീട്ടിലാവു മ്പോൾ തൊണ്ടും ചിരട്ടയും ചൂട്ടും മടലും ധാരാളമുണ്ട്. വെള്ളം ചൂടാ ക്കാൻ മുറ്റത്ത് സ്ഥിരമായി അടുപ്പുണ്ട്. വാടകവീട്ടിൽ തീ കത്തിക്കാ

റില്ല. നിർമ്മല ടീച്ചറിന്റെ കാലിൽ വെരിക്കോസ് വെയിനിന്റെ ശല്യം തുടങ്ങിയിട്ട് അഞ്ചാറുവർഷമായി. സുമംഗലയുടെ അടുത്തടുത്തുള്ള രണ്ട് പ്രസവവും തിരക്കുംമൂലം ചികിത്സിക്കാൻ സമയം കിട്ടിയില്ല. വെളുത്ത തൊലിക്കടിയിൽ ചുരുണ്ടുകിടക്കുന്ന നീല ഞരമ്പുകളുണ്ടാക്കുന്ന വേദന ഒരു പരിധിവരെ ലഘൂകരിക്കുന്നത് ചൂടുവെള്ളമാണ്. അലക്ക് തീർന്നിട്ട് രാമേശ്വരത്ത് പോക്ക് നടക്കില്ല എന്ന് നിർമ്മല ടീച്ചർ മനസ്സിലാക്കുന്നു.

തമ്പിസാർ തറയിൽ കിടന്നുകഴിഞ്ഞു

പുല്പായയും കവിഞ്ഞ് കാലുകൾ പുറത്തു കിടന്നു.

“സാറിന്റെ ശരീരം നല്ലതാ, എന്തുകഴിച്ചാലും തടി വയ്ക്കില്ല”.

നിർമ്മല ടീച്ചർ ഒരിക്കൽ സുമംഗലയോടു പറഞ്ഞു.

തമ്പിസാർ ആയാസമില്ലാതെ എഴുന്നേറ്റിരുന്നു.

“കുടിക്കാൻ വല്ലതും വേണോ?”

നിർമ്മല ടീച്ചർ തമ്പിസാറിനു സമീപം പായയിൽ ഇരുന്നു.

“തടവുപുള്ളികൾക്ക് കൃത്യമായി കിട്ടുന്ന ആഹാരം മതി. ഇടയ്ക്കും പിഴയ്ക്കും ഇനീം ഒന്നും കഴിക്കാൻ പാടില്ല; തടവ് തീരുന്നതുവരെ. അതാ നിയമം”.

“വെളച്ചിലെടുക്കാതെ, വേണോങ്കി പറ”

“ഒന്നും വേണ്ട”

തമ്പിസാറും നിർമ്മല ടീച്ചറും ഒരുപോലെ ചിരിക്കുന്നതുകേട്ട് സുമംഗല അവരുടെ അടുത്തെത്തി.

“രണ്ടുപേരും നല്ല സന്തോഷത്തിലാണല്ലോ”

“കൊച്ചുമക്കളുണ്ടായാൽ എങ്ങനെ സന്തോഷിക്കാതിരിക്കും. അവരെ വളർത്തുമ്പോഴുള്ള പരമാനന്ദം പറഞ്ഞറിയിക്കാൻ പറ്റില്ല”

സുമംഗല ഗൗരവം വിട്ട് ഉറക്കെ ചിരിച്ചു.

വീട്ടുടമ ഒരു സ്ത്രീയാണ്. സുമംഗല തമ്പിസാറിനോട് പറഞ്ഞു. ഗവ.ജോലിയുണ്ട്. ഭർത്താവ് മരിച്ചതിന്റെ പേരിൽ കിട്ടിയതാണ്. മരിച്ചിട്ട് അഞ്ചു വർഷം കഴിഞ്ഞു. കഴിഞ്ഞ വർഷം അവരുടെ അച്ഛനും മരിച്ചു. വിധവയായ അമ്മ കൂടെയുണ്ട്. വീട്ടുടമയ്ക്ക് രണ്ടുപെൺമക്കൾ. മൂന്നിലും ഒന്നിലും പഠിക്കുന്നു. താഴത്തെ നിലയിൽ അങ്ങനെ നാലു സ്ത്രീകൾ. മുകളിലത്തെ നിലയിലും നാല്. ആകെ എട്ട്. ആൺതരിയായിട്ട് അച്ഛൻ മാത്രം. കഥകേട്ടപ്പോൾ തമ്പിസാറിന് വിഷമം തോന്നി. ഭർത്താവില്ലാത്ത സ്ത്രീയുടെ ജീവിതം വളരെ കഷ്ടമാണ്. മക്കളൊക്കെ ഉണ്ടെങ്കിലും അത് ജീവിതമാകില്ല. ഉപ്പോളം വരുമോ ഉപ്പിലിട്ടത്?

എല്ലാവരേയും ഒന്ന് പരിചയപ്പെടണമെന്ന് തമ്പിസാർ തീരുമാനിച്ചു.

അവധിദിവസമാണ് നല്ലത്.

അന്നൊരു ഞായറാഴ്ചയായിരുന്നു.

തമ്പിസാർ പടികൾ ഇറങ്ങി താഴത്തെ നിലയിലെത്തി.

ബല്ലടിച്ചപ്പോൾ പ്രായമായ സ്ത്രീ കതക് തുറന്നിട്ട് ഒന്നും മിണ്ടാതെ,

വെളിച്ചമില്ലാത്ത ഇടനാഴിയിലൂടെ ധൃതിയിൽ മുറിക്കുള്ളിലേക്കു പോയി. അവരുടെ കണ്ണിൽ നനവ് പടർന്നിരുന്നതായി തമ്പിസാറിനു തോന്നി. അവരുടെ ചുണ്ടുകൾ വിതുമ്പുന്നുണ്ടായിരുന്നു. നടക്കുമ്പോൾ കൈലി ത്തുമ്പ് ഉയർത്തി കണ്ണീരൊപ്പുന്നതും തമ്പിസാർ ശ്രദ്ധിച്ചു. ഒരല്പനേ രത്തെ കാത്തിരിപ്പിനു ശേഷം മകൾ മുറിയിലെത്തി. ചിരിക്കാൻ ശ്രമി ച്ചെങ്കിലും അവരുടെ ഉള്ളിൽ ഒരു വിങ്ങൽ ഉള്ളതായി തോന്നി.

"ഞാൻ സുമംഗലയുടെ അച്ഛനാണ്"

"അറിയാം"

"ഞങ്ങൾ അദ്ധ്യാപകരായിരുന്നു"

"സുമംഗല പറഞ്ഞിരുന്നു"

"നിങ്ങളെയെല്ലാം ഒന്ന് പരിചയപ്പെടാൻ വന്നതാ".

ഒന്നും മിണ്ടാതെ തമ്പിസാറിന്റെ നീളൻ ശരീരത്തെ ഉറ്റുനോക്കി ക്കൊണ്ട് അവൾ മുറിയുടെ മൂലയിൽ ഒതുങ്ങിനിന്നു.

"എന്താ പേര്?"

"കാഞ്ചന"

ഉത്തരം പറയുമ്പോൾ അവൾ വിങ്ങിപ്പൊട്ടി. അകാരണമായി കര യുന്നതു കണ്ടപ്പോൾ തമ്പിസാർ കസേരയിൽ ഇളകിയിരുന്നു.

"എന്താ എല്ലാരും ഇങ്ങനെ കരയുന്നത്?"

പ്രായമായ സ്ത്രീ ഇടനാഴിയുടെ അരികിൽ പ്രത്യക്ഷപ്പെട്ടതുപോലെ തമ്പിസാറിനു തോന്നി.

"അമ്മയുടെ പേരെന്താ?"

"സുകുമാരിയമ്മ"

മുറ്റത്തുനിന്ന കൊന്നമരത്തിലിരുന്നു ഒരു കറുത്ത കാക്ക ശബ്ദിച്ചു. ഒരു ചിത്രശലഭം പറന്നുവന്ന് തമ്പിസാറിന്റെ മുന്നിൽ വീണ് ചിറകുകളി ളക്കി.

"ഇതെന്റെ അച്ഛനാ".

കാഞ്ചന ഭിത്തിയിലേക്കു കൈചൂണ്ടി പറഞ്ഞു. അവിടെ സാമാന്യം വലിയ ഒരു ഫോട്ടോ ഫ്രെയിം ചെയ്തു വച്ചിരുന്നു. ഫോട്ടോയിൽ ഒരു പൂമാല ഇട്ടിരുന്നു. തമ്പിസാർ ഫോട്ടോയിലേക്കു നോക്കി. ഒരു വലിയ റോസാപ്പൂ ഫോട്ടോയ്ക്കുതാഴെ വച്ചിരുന്നു. ഫോട്ടോയിലെ ആളും തമ്പി സാറും തമ്മിൽ ഒരു വ്യത്യാസവുമില്ലായിരുന്നു. അത് തമ്പിസാർ തന്നെ യായിരുന്നു. അതേ നോട്ടം, അതേ നിറം, അതേ മുടി, അതേ കണ്ണുകൾ. തമ്പിസാർ എഴുന്നേറ്റ് നിന്ന് ഫോട്ടോയിലേക്ക് വീണ്ടും സൂക്ഷിച്ചുനോക്കി. ഇവിടെ എങ്ങിനെ തന്റെ ഫോട്ടോ വന്നു?

അതോ തന്നെപ്പോലെ രൂപസാദൃശ്യമുള്ള മറ്റൊരാളിന്റെ ഫോട്ടോ....

ഒന്നും ഉറപ്പിക്കാൻ കഴിയുന്നില്ല.

"എവിടെയാ നിങ്ങടെ അച്ഛന്റെ സ്ഥലം?"

"കോട്ടയത്ത് ചുങ്കത്ത്"

“എന്തായിരുന്നു അച്ഛന്റെ ജോലി?”

”ടീച്ചറാരുന്നു”

“പേര്?”

“സുകുമാരൻ തമ്പി”

തമ്പിസാറിന്റെ ചുണ്ട് വിറച്ചു. തന്റെ പേരും സുകുമാരൻ തമ്പി. ഇതിലെന്തോ ദുരൂഹതയുള്ളതുപോലെ തോന്നുന്നു. തമ്പിസാറിന്റെ കാഴ്ചയ്ക്ക് മങ്ങലേറ്റു. കുറേ നേരത്തേക്ക് ഒന്നും കാണാൻ കഴിഞ്ഞില്ല. ഭിത്തിയിലെ ഫോട്ടോയ്ക്കു മുന്നിൽ തമ്പിസാർ ചങ്കിടിപ്പോലെ നിന്നു. ഒരേ പേരുള്ള, ഒരേ ജോലിയുള്ള, ഒരേ രൂപമുള്ള മറ്റൊരാൾ. ഇതെങ്ങനെ സംഭവിച്ചു. അച്ഛൻ സഹൃദയൻതമ്പി കോട്ടയത്ത് താമസിച്ചിട്ടില്ല. അമ്മ സർവ്വമംഗലകുഞ്ഞമ്മയ്ക്ക് താനല്ലാതെ മറ്റ് മക്കളില്ല. അജ്ഞാതമായ ചില കാര്യങ്ങൾ ഭൂമിയിൽ സംഭവിക്കുന്നതായി തമ്പിസാറിന് മനസ്സിലായി.

“സാറിനെ കണ്ടപ്പോൾ മുതൽ അമ്മ കരച്ചിലാണ്. സ്വന്തം ഭർത്താവ് തിരിച്ചുവന്നിരിക്കുന്നു. അമ്മയുടെ മനസ്സിൽ അച്ഛൻ ഇതേവരെ മറഞ്ഞിരിക്കുകയായിരുന്നു. സാറിനെ കണ്ടതുമുതൽ പഴയതെല്ലാം അമ്മ പൊടിതട്ടിയെടുക്കുന്നു. ഓരോന്ന് ഓർത്ത് കരയുന്നു. അമ്മയെ കുറ്റം പറയാൻ കഴിയില്ല. അച്ഛൻ തിരിച്ചുവന്നതുപോലെ എനിക്കും തോന്നുന്നു. മരിച്ചുപോയ അച്ഛൻ ജീവനോടെ തിരിച്ചുവന്നാൽ പിന്നെ സന്തോഷിക്കുകയല്ലേ വേണ്ടത്? ഇനിയും ഞങ്ങളോടൊത്ത് ഇവിടെ താമസിച്ചാൽ മതി. എനിക്ക് അച്ഛനായി, അമ്മയ്ക്ക് ഭർത്താവായി....”

കാഞ്ചന മുറിക്കുള്ളിലേക്കു പോയി. പിങ്ക് നിറത്തിലുള്ള ഒരു ഫ്രോക്കുമായി തിരിച്ചുവന്നു.

“ഇത് ഞാൻ നാലാം ക്ലാസിൽ പഠിക്കുമ്പോൾ അച്ഛൻ എനിക്ക് വാങ്ങിത്തന്നതല്ലേ? ഞാൻ ഇപ്പോഴും സൂക്ഷിച്ചു വച്ചിരിക്കുന്നു. അടിയിൽ തട്ടുകളുള്ള ഫ്രോക്ക്”

സുകുമാരിയമ്മ ഒരു പട്ടുസാരിയുമായി ഓടിയെത്തി.

“ഇത് വിവാഹവാർഷികത്തിന് ശീമാട്ടീന്ന് വാങ്ങിയതല്ലേ?”

ഒന്നും പറയാൻ കഴിയാതെ തമ്പിസാർ വിയർത്തു. എന്തു പറയണം. എങ്ങനെ പെരുമാറണം, എങ്ങനെ രക്ഷപ്പെടണം എന്നൊക്കെ ചിന്തിച്ച് തമ്പിസാർ വീടിനു പുറത്തിറങ്ങി. സുകുമാരിയമ്മയും കാഞ്ചനയും തമ്പിസാറിന്റെ പിറകെ ചെന്നു.

മഴചാറുന്നുണ്ടായിരുന്നു. പൊടുന്നനെ മഴ ഇരമ്പിയെത്തി. കോഴിക്കാഷ്ഠം മഴവെള്ളത്തിൽ കലർന്ന് മുറ്റമാകെ പടർന്നു. തമ്പിസാർ കലങ്ങിയ കോഴിക്കാഷ്ഠത്തിൽ ചവുട്ടി പട്ടിക്കൂടിനു സമീപമെത്തി. കൂട്ടിലെ പട്ടി കുരച്ചില്ല. സ്നേഹത്തോടെ വാലാട്ടിക്കൊണ്ട് തമ്പിസാറിനെ സ്വീകരിച്ചു. വീതി കുറഞ്ഞ പതിനെട്ടു പടികൾ മുകളിലേക്ക് നിവർന്നു കിടന്നു. കണ്ണിൽ പൊടിഞ്ഞനനവ് അടർത്താൻ പീലികൾ പിടഞ്ഞു.

താഴത്തെ നിലയിൽ നാലുപെണ്ണുങ്ങൾ.

മുകളിലത്തെ നിലയിലും നാലു പെണ്ണുങ്ങൾ.

എട്ടു പെണ്ണുങ്ങളുടേയും ഇപ്പോഴത്തെ ആശ്രയം സുകുമാരൻ തമ്പിയെന്ന ഞാൻ.

മുകളിലേക്കു കയറണോ താഴെ കഴിയണോ എന്ന സന്ദേഹത്തിൽ നില്ക്കുമ്പോൾ, എവിടെ നിന്നോ കുറെ ചുള്ളിക്കമ്പുമായി പറന്നെത്തിയ ഒരു ബലിക്കാക്ക തമ്പിസാറിന്റെ തലയിലെ പഞ്ഞിക്കെട്ടിൽ കൂടുണ്ടാക്കാൻ തുടങ്ങി.

8

പൊങ്കാല

നാളെ അതിരാവിലെ പൊങ്കാലയിടാൻ പോവുകയാണെന്നും മറ്റ ന്നാൾ മാത്രമേ മടങ്ങിവരൂ എന്നും മാനസി ഫോണിലൂടെ പറഞ്ഞപ്പോൾ ആദ്യം എനിക്ക് ഒരു തമാശയായിട്ടാണ് തോന്നിയത്. ഞാൻ അവളോ ടൊപ്പം ചെല്ലണമെന്ന് അവൾ കൂട്ടിച്ചേർത്തു. എന്നെ ക്ഷണിക്കാനുള്ള അടുപ്പം ഞാനും മാനസിയും തമ്മിലുണ്ടായിരുന്നില്ല. ചില സ്ത്രീകൾക്ക് സ്വന്തം ഭർത്താവിനേക്കാൾ എഴുത്തുകാരോട് സ്നേഹം ഉണ്ടെന്ന് എം മുകുന്ദൻ പറഞ്ഞിട്ടുണ്ട്. ഞാൻ കുറെ കവിതകൾ എഴുതിയിട്ടുണ്ട് എന്നത് സത്യം. ഒന്നും പ്രസിദ്ധീകരിച്ചിട്ടില്ല. കവിത എഴുതുന്നവർ കവി യാണെന്ന് അവൾക്കറിയാം. കവി സാഹിത്യകാരനാണ്. അവളുടെ കാപ്പി ക്കടയിൽ ആഹാരം കഴിക്കാൻ പോകുമ്പോഴൊക്കെ അവൾ എന്നെ ആരാധനയോടെ നോക്കുന്നത് ഞാൻ ശ്രദ്ധിച്ചിട്ടുണ്ട്. ഇപ്പോൾ അവൾ ഒരു ഭാര്യയാണ്. മനസ്സിലുള്ളതായിരിക്കും പുറത്തുവന്നത്. ഊരുന്ന വാളിൽ മാത്രം തൈലം പുരട്ടുന്നവരാണ് സ്ത്രീകൾ. മറന്നുപോയ ഒരു ബന്ധം പൊടിതുടച്ച് എടുക്കാൻ താല്പര്യമില്ലായിരുന്നെങ്കിലും വഴിയിൽ വീണുകിട്ടിയത് എറിഞ്ഞുകളയാൻ കഴിയുമോ?

"അപ്പോൾ നീ പൊങ്കാലയിടാൻ തീരുമാനിച്ചു"

"അതെ"

"അതെന്താ ഇങ്ങനെ ഇപ്പോൾ ഒരു തോന്നലുണ്ടാവാൻ കാരണം?"

"മക്കളുണ്ടാവാൻ ദൈവത്തിന്റെ അനുഗ്രഹം കൂടിവേണം"

"ഏതു ദേവൻ"

"സൂര്യദേവൻ"

"അപ്പോൾ നിന്റെ പേര് മാനസി എന്നതിനുപകരം കുന്തി എന്നാ

ക്കാരുന്നു നല്ലത്"

"അതൊക്കെ പോട്ട്, നീ നാളെവരണം"

"ആലോചിക്കട്ടെ"

"ഒന്നും ആലോചിക്കണ്ട, വന്നാമതി"

മാനസി ചിരിച്ചു. അവളുടെ മുഖത്ത് നയവും അഭിനയവും ഉൽക്കണ്ഠയും മാറിമാറി തെളിയുന്നത് ഉൾക്കണ്ണുകൊണ്ട് ഞാൻ കണ്ടു. കൂടെ ചെന്നാൽ എന്തുതരുമെന്ന് ചോദിച്ചപ്പോൾ പാൽപ്പായസം തരാമെന്ന് പറഞ്ഞു. പൊങ്കാലയുടെ മറവിൽ നമുക്കൊന്നു കൂടാമല്ലോ എന്നവൾ പറഞ്ഞപ്പോൾ ഞാൻ അന്ധാളിച്ചു. ഇത്രയും പ്രതീക്ഷിച്ചില്ല. നാളെ വെളുപ്പിന് കോട്ടയം ബസ്സ്റ്റാന്റിൽ എത്താൻ അവൾ ആവശ്യപ്പെട്ടു. നീ തനിച്ചാണോ വരുന്നത് എന്ന് ചോദിച്ചപ്പോൾ ഭർത്താവ് വെളുപ്പിനെ ബസ്സ്റ്റാന്റിൽ കൊണ്ടുവിടുമെന്നും ബസിൽ ഞാൻ കയറിയാലുടൻ അയാൾ തിരിച്ചുപോകുമെന്നും നിന്നെ പരിചയമില്ലാത്തതുകൊണ്ട് കുഴപ്പമില്ലെന്നും നമുക്ക് ഒരു സീറ്റിലിരുന്ന് യാത്രചെയ്യാമെന്നും അവളുടെ ബന്ധുവീട് കമലേശ്വരത്തുണ്ടെന്നും അവിടെ താമസിക്കാമെന്നും അവൾ കൂട്ടിച്ചേർത്തു.

കഞ്ഞിക്കുഴിയിൽനിന്നും വെളുപ്പിനെ കോട്ടയം സ്റ്റാന്റിലെത്താനുള്ള കുറുക്കുവഴിയിൽ നായ്ക്കളുടെ ശല്യമുണ്ടെന്ന് എന്റെ കൂട്ടുകാരൻ അരവിന്ദൻ പറഞ്ഞു. സൂക്ഷിച്ചാൽ പൊക്കിളിനു ചുറ്റുമുള്ള കുത്തിവയ്പ് ഒഴിവാക്കാം അവൻ ഉപദേശിച്ചു. അരവിന്ദൻ എന്റെ സുഹൃത്തും രക്ഷാകർത്താവുമാണ്. അമ്മയും അച്ഛനും ചേട്ടനുമൊക്കെ അവനാണ്. എന്റെ എല്ലാകാര്യങ്ങളും ഞാൻ അവനോട് പറയാറുണ്ട്. നല്ലത് സ്വീകരിക്കും. തെറ്റായതിനെ താക്കീത് ചെയ്ത് തിരുത്തും. ഒരു പെണ്ണ് പറയുന്നതു കേട്ട് അവളുടെ കൂടെ പോകാൻ പാടില്ല. അവൻ പറഞ്ഞു. മുള്ളുചെന്ന് ഇലയിൽ വീണാലും ഇല മുള്ളിൽ വീണാലും കേട് ഇലയ്ക്കാ. ഇവിടെ ഇല പുരുഷന്മാരാ. പുരുഷന്മാരുടെ ശരികൾ മറ്റുള്ളവർ മുഖവിലയ്ക്കടുക്കില്ല. അവസാനം ജയിലിൽ പോകേണ്ടത് അവരാണ്. അതുകൊണ്ട് സൂക്ഷിക്കണം. നീ പ്രായപൂർത്തിയായ പുരുഷനാണ്, അവളും. പക്ഷേ, അവളൊരു ഭാര്യയാണ് എന്ന കാര്യം മറക്കരുത്. പൊങ്കാലയിടാൻ മൂന്നു ദിവസത്തെ വ്രതംവേണ്ടേ? അരവിന്ദൻ ചോദിച്ചു. അക്കാര്യമൊന്നും എനിക്കറിയില്ല എന്ന് ഞാൻ മറുപടി നല്കി. മാനസിക്ക് വട്ടുണ്ടോ എന്ന് അവൻ ഇടയ്ക്കു ചോദിച്ചു. എനിക്കും അങ്ങനെ ഒരു സംശയം ഉണ്ടായി. പെരുമാറ്റത്തിലും വർത്തമാനത്തിലും നേരിയ ഇളക്കം. ചിലർ അങ്ങനെയൊക്കെയാണ് എന്നു ഞാൻ സമാധാനിച്ചു.

ഞാനൊരു അവിവാഹിതൻ

അവളൊരു ഭാര്യ

പത്താംതരം പാസാകാത്തതുകൊണ്ട് മാനസിയെ എത്രയും

പെട്ടെന്ന് കെട്ടിച്ചയക്കണമെന്നുള്ള അവളുടെ ആവശ്യം മണിയൻ എഴുതി തള്ളിയില്ല. അയാൾ ചില കൂട്ടലും കിഴിക്കലും നടത്തി. ക്രിയ ചെയ്തപ്പോഴൊക്കെ അയാൾക്ക് ഹരണഫലവും ശിഷ്ടവും കിട്ടി. കണക്ക് തെറ്റുമോ എന്നയാൾ സംശയിച്ചു. പക്ഷേ, മാനസിയുടെ അമ്മയ്ക്ക് ഒരു സംശയവും ഉണ്ടായിരുന്നില്ല. എത്രയും പെട്ടെന്ന് കെട്ടിച്ചയക്കണമെന്നുള്ള തീരുമാനത്തിൽ ഉറച്ചുനിന്നപ്പോൾ മണിയൻ സമ്മതംമൂളി. തീരുമാനം കേട്ടമാത്രയിൽ ശകാരത്തിന്റെ വാളെടുത്ത് അമ്മയുടെ നേരേ അവൾ വീശി. വാൾമുന കണ്ണിൽകൊള്ളാതെ പുരികത്തിൽകൊണ്ടു. അമ്മ അവളെ കണ്ണുരുട്ടി കാണിച്ചു. മാനസിയുടെ അമ്മ തീരുമാനവുമായി മുന്നോട്ടുപോയി.

വീടിനുപുറകിലെ തോട്ടിൽ തീണ്ടാരികുളികഴിഞ്ഞ്, തലേന്നു കിടന്ന പുല്പായയും പുതച്ച ബഡ്ഷീറ്റും സോപ്പിട്ടു കഴുകിയെടുത്ത്, പീയേഴ്സ് സോപ്പിട്ട് കുളിച്ചതിന്റെ സുഗന്ധം വായുവിൽ കലർത്തി, മുടി ഉണക്കമുണ്ടിൽപൊതിഞ്ഞ്, ഈറൻചുറ്റി വീട്ടിലേക്കു കയറാൻ തുടങ്ങുമ്പോഴാണ് പതിവില്ലാതെ കടയ്ക്കുള്ളിൽ ആരോ സംസാരിക്കുന്നത് മാനസി കേട്ടത്. പാലായിൽനിന്നും കുറവിലങ്ങാട്ടേക്കുള്ള വഴിയിൽ, എം സി റോഡ് മുട്ടുന്ന സ്ഥലത്തിന്റെ പേര് കോഴ എന്നാണ്. അവിടെ ഒരു ചായക്കട നടത്തുകയാണ് മാനസിയുടെ അച്ഛൻ മണിയൻ. കട കോഴയിൽ തന്നെ തുടങ്ങാൻ ഒരു കാരണമുണ്ട്. കോഴയ്ക്ക് അഭിമാനമായി ഒരു ത്രീസ്റ്റാർ ബാർ തുടങ്ങി. ചായക്കടയിലും ചുറ്റുവട്ടത്തും കച്ചോടം പൊടിപൊടിച്ചു. സിഗരറ്റും ബീഡിയും ധാരാളം വിറ്റുപോയി. മണിയൻ പണക്കാരനായി. റോഡരികിൽ കപ്പക്കച്ചവടവും മീൻ വില്പനയും തകൃതിയിൽ നടന്നു. കോഴയിലെ റോഡുകൾ നിറഞ്ഞു കവിഞ്ഞു. മണിയന്റെ പണപ്പെട്ടിയിൽ കാശ് കിലുങ്ങി. നേരം പുലരുമ്പോൾതന്നെ പുട്ടടിക്കാൻ ആളുകൾ കടയിൽ എത്തിത്തുടങ്ങി. കൂട്ടത്തിൽ ബംഗാളികളും. കടയുടെ കീർത്തി പുറത്തെത്തിയത് പുട്ടിൽക്കൂടിയാണ്. ഇത്രയും മൃദുലവും രുചികരവുമായ പുട്ട് പാലായുടെ പ്രാന്തപ്രദേശങ്ങളിലൊന്നുംതന്നെ ഉണ്ടായിരുന്നില്ല. പുട്ട് കിട്ടുന്ന കടകൾ വളരെ കുറവും. പുട്ട് പരുവത്തിൽ പൊടിച്ച അരി നനച്ച്, പുട്ടുണ്ടാക്കുന്നത് മാനസിയാണ്. ആദ്യം തേങ്ങാപ്പീര കുറ്റിയുടെ അടിയിലിടും പിന്നെ ഒരു കൈയ് അരിപ്പൊടി, വീണ്ടും തേങ്ങാപ്പീര, വീണ്ടും അരിപ്പൊടി. പുട്ടുവേവുമ്പോഴുള്ള മണം ആൾക്കാരെ ലഹരിപിടിപ്പിച്ചു. മാനസിയുടെ പുട്ടിന്റെ അനുപമമായ മണവും മാർദ്ദവും മനസ്സിലാക്കി ആളുകൾ അഹമഹമികയാ കടയിലെത്തി പുട്ടടിച്ചു. എങ്ങനെയാണ് ഇത്ര മൃദുവായ പുട്ടുണ്ടാക്കുന്നത് എന്ന് ആരെങ്കിലും ചോദിച്ചാൽ എന്റെ മകളുടെ കൈപ്പുണ്യമാണെന്ന് മണിയൻ അഭിമാനത്തോടെ പറഞ്ഞു. ഒന്നുകിൽ പുട്ടിന് കൂട്ട് പയറും പപ്പടവും. അല്ലെങ്കിൽ നല്ല ഞാലിപ്പൂവൻപ്പഴം. മൃദുവായി ഒന്നുതൊട്ടാൽ, പുട്ട്പൊട്ടി ഇലയിൽ നിര

ക്കും. പുട്ട് തിന്ന് പൂസ്സായി ആളുകൾ കോഴയിലെ ബാറിനുമുന്നിൽ കുഴഞ്ഞുവീഴാം. കോഴയിലെ കൃഷി ഓഫീസിലുള്ളവരൊക്കെ പുട്ടടിച്ച് ഉന്മത്തരായി.

തീണ്ടാരിക്കുളി കഴിഞ്ഞതുകൊണ്ട് പെണ്ണുകാണൽ ചടങ്ങിന് കുഴപ്പമില്ലെന്ന് മാനസിയുടെ അമ്മ പറഞ്ഞത് മണിയൻ ശരിവച്ചു. മാനസിയുടെ വീടിനു മൂന്നു മുറികളുണ്ടായിരുന്നു. മുൻവശത്തെ മുറി കാപ്പിക്കട. തൊട്ടുപിറകിൽ കിടപ്പുമുറി. അവസാനം അടുക്കള. അടുക്കള കഴിഞ്ഞുള്ള തിണ്ണയിൽ ഒരു ആടും രണ്ടു കുട്ടികളും. മുറ്റത്ത് ഒരു കോഴിക്കൂട്. കൂട്ടിനുള്ളിൽ ആറ് കോഴികൾ. ഒരു പൂവനും അഞ്ചുപിടയും. ദിവസവും രാവിലെ കൂടുതുറക്കുമ്പോൾ പൂവൻകോഴി പിടക്കോഴികളെ ഓടിച്ച് ഓടിച്ച് ഒരു പരുവത്തിലാക്കും. പിടക്കോഴിയുടെ ചങ്ക് കലങ്ങുമ്പോൾ ഓട്ടം നില്ക്കും. പൂവൻകോഴി പിടയുടെ മുകളിൽ കയറിയിരുന്ന് എന്തോ കാണിക്കും. ചിറകു കുടഞ്ഞ് ഒന്ന് ഉഷാറായാൽ അടുത്തതിനുള്ള തയ്യാറെടുപ്പായി. തിന്നണം, അപ്പിയിടണം, ചിറകു കുടയണം. അത്രമാത്രമേ കോഴിയുടെ ജീവിതംകൊണ്ട് ഉദ്ദേശിക്കുന്നുള്ളൂ. ഒരു കോഴിയായി ജനിച്ചാൽ മതിയായിരുന്നു എന്ന് മാനസി പലപ്പോഴും ആലോചിച്ചിട്ടുണ്ട്. ആരെങ്കിലും കഴുത്ത് കണ്ടിക്കുന്നതുവരെ ജീവിതം സുഖം.

കാപ്പിക്കടയിൽ കൂടെക്കൂടെ ഒരു കിലുക്കം കേൾക്കാം. വെള്ളം തിളയ്ക്കാൻ തുടങ്ങുമ്പോൾ ചെമ്പുകലത്തിന്റെ അടിയിൽകിടന്ന് ദ്വാരമുള്ള ഒരു കാലണ തുള്ളിക്കളിക്കുന്നതാണ്. തുള്ളൽ നിർത്തി ക്ഷീണിക്കുമ്പോൾ കലത്തിന്റെ ചുവട്ടിൽ ഒരു വിറകുകൊള്ളി വച്ച് ഊതിയാൽ വീണ്ടും നൃത്തം തുടങ്ങും. തിളനിലയുടെ അളവ് തുള്ളലുമായി ബന്ധപ്പെട്ടിരിക്കുന്നു. പാത്രത്തിനടിയിലെ കിലുകിലുക്കം കേൾക്കാതെ മണിയന് ഉറങ്ങാനേ കഴിയില്ല.

"എന്റെ മോളായോണ്ടു പറയുവല്ല, ഇത്രയധികം ഈശ്വര വിശ്വാസമുള്ളതും സൊഭാവ കൊണമുള്ളതുമായ പെമ്പിള്ളേർ ഇന്നാട്ടിലില്ല".

മണിയന്റെ മുഖത്ത് അഭിമാനവും ആഗതരുടെ മുഖത്ത് ആശ്ചര്യവും സ്ഫുരിച്ചു.

"ഏതാമ്മെ ചെക്കൻ?"

മാനസി അമ്മയോടു ചോദിച്ചു.

അവർ ചെറുക്കനെ ചൂണ്ടിക്കാണിച്ചു.

ആറന്മുളയിലെ വള്ളത്തിന്റെ ആകൃതിയായിരുന്നു അയാൾക്ക്. മലയാളം അക്ഷരമാലയിലെ 'ഭ' എന്ന അക്ഷരംപോലെ മുഖം. നെറ്റി മുന്നോട്ടു തള്ളിനില്ക്കുന്നു. തടിച്ചപുരികം, വായും മൂക്കും നെറ്റിക്ക് താഴെ ഉള്ളിലേക്കു വലിഞ്ഞു നില്ക്കുന്നു. വലിച്ചു പുറത്തിട്ടാൽ ഒരു ചേലുണ്ടാവും. മാനസി വിചാരിച്ചു. താടിയും നെറ്റിയും ഒരേ ലവലിൽ. അയാ

ളുടെ മുഖത്ത് എവിടെയാണ് ഒരുമ്മ കൊടുക്കാൻ സ്ഥലമെന്ന് അവൾ സ്വയംചോദിച്ചു. ശരീരത്തിൽ മറ്റ് എവിടെയെങ്കിലുമാകാം എന്നവൾ സമാധാനിച്ചു. കോഴയിലെ കാപ്പിക്കടയുടെ പിറകിലെ കാപ്പിപ്പൂക്കളുടെ മണം അപ്പോൾ പുറത്തുകൂടി ഒഴുകിപ്പോയി. ചെറുക്കന്റെ വീട്ടിൽ ഒരു തള്ള മാത്രമേയുള്ളൂ എന്നും ഒരു ചേട്ടൻ ഉള്ളത് പൊട്ടനാണെന്നും അവന് പെണ്ണുകിട്ടില്ലെന്നും തദ്വാരാ അവന്റെ സ്വത്തുകൂടി മാനസിക്കു കിട്ടുമെന്നും ബ്രോക്കർ കൊച്ചുപാപ്പി പറഞ്ഞു. ബ്രോക്കർ ചിരിച്ചു. മാനസി അയാളുടെ വിടർന്ന ചിരികണ്ട് പുഞ്ചിരിച്ചു. ചെറുക്കന്റെ കൈവിരലുകളെന്താ ഇങ്ങനെ കറുത്തിരിക്കുന്നത് എന്നായി മാനസിയുടെ അടുത്ത ചിന്ത. അണ്ടിയാഫീസിൽ ജോലിയുണ്ടായിരുന്ന പാണ്ടിവിളയിൽ സത്യഭാമയുടെ കൈവിരൽ കറുത്തിട്ടാണ്. തൊലി ഇളകിപ്പോയിട്ടുണ്ട്. ചെറുക്കന് അണ്ടിയാഫീസിലല്ല ജോലിയെന്ന് അമ്മിണിയമ്മയ്ക്ക് അറിയാം. അമ്മിണിയമ്മ സംശയം കൊച്ചുപാപ്പിയോടു ചോദിച്ചു.

ദേവരാജൻ ഒരു വെറ്റിലകൃഷിക്കാരനാണ്. വെറ്റില നുള്ളിയാണ് അയാളുടെ നഖങ്ങളും കൈവിരലുകളും കറുത്തത്. വെറ്റിലകൃഷി വളരെ സൂക്ഷ്മതയോടെ ചെയ്യേണ്ട ജോലിയാണ്. കൊച്ചുകുട്ടികളേപ്പോലെ ശ്രദ്ധിക്കണം. ദിവസവും വെള്ളം കോരണം. അതിനുവേണ്ടിമാത്രം ഒരു കുളം കുത്തണം. വളരുന്ന വെറ്റിലനാമ്പ് ഈറ നാട്ടി കെട്ടണം. വെറ്റില നുള്ളുമ്പോൾ തണ്ടിന് കേടുപറ്റാൻ പാടില്ല. മാനസിയെല്ലാം കേട്ടുകൊണ്ടിരുന്നു. നാളെയാണ് കോട്ടയം ചന്ത. വെറ്റില കച്ചവടം രാത്രി പന്ത്രണ്ടുമണിക്കുതന്നെ തുടങ്ങും. ദേവരാജൻ പറഞ്ഞു. അവൾക്ക് ഉറക്കം വരുന്നുണ്ടായിരുന്നു. അവൾ ജനലിനു സമീപം തഴപ്പായ് വിരിച്ചുകിടന്നു.

ദേവരാജൻ വെറ്റില അടുക്കിക്കൊണ്ടിരുന്നു. ചുങ്കത്തുനിന്നും ഏറ്റുമാനൂർനിന്നും ചിങ്ങവനത്തുനിന്നുമുള്ള വെറ്റില മൊത്തക്കച്ചവടക്കാർ അമ്പലക്കുളത്തിലെ ആനക്കല്ലിൽ ശ്രദ്ധാലുവായിരിക്കുന്ന പൊന്മാൻകൂട്ടങ്ങളെപ്പോലെ കടത്തിണ്ണയിൽ പറ്റിയിരുന്ന് ഉറങ്ങുന്നുണ്ടാവും. പണ്ടൊക്കെ വെളുപ്പിനേ അഞ്ചുമണിക്കായിരുന്നു വെറ്റിലക്കച്ചവടം.

ദേവരാജൻ വെറ്റില അടുക്കിക്കൊണ്ടിരുന്നു. കുട്ടുകത്തിൽ നിറച്ച വെള്ളത്തിൽനിന്നും ഓരോ വെറ്റിലയുമെടുത്ത് അടുക്കി ഏറ്റവും നല്ല വെറ്റില മുകളിൽ വച്ചു.

ഒരടുക്കിൽ ഇരുപതു വെറ്റില
നാലടുക്ക് ഒരു കെട്ട്
ആകെ പതിനഞ്ചുകെട്ട്.

വെറ്റിലച്ചന്തയിൽ ഒരു കിണറുണ്ട്. വെറ്റിലയ്ക്ക് ഒരിക്കൽ വിലകുറഞ്ഞപ്പോൾ കച്ചവടക്കാർ കുട്ട കിണറ്റിലേക്ക് കമഴ്ത്തി. വെറ്റിലകൊണ്ട് കിണർ നിറഞ്ഞു. വെറ്റിലയായാലും ചീഞ്ഞുകഴിയുമ്പോൾ നാറും. കിണറിനു സമീപം കുഴിയുള്ള ഒരു വലിയ കല്ലുണ്ട്. കിണറിൽനിന്നും വെള്ളം

കോരി കല്ലിലെ കുഴിയിൽ നിറച്ചിട്ടിരിക്കും. വെറ്റിലക്കെട്ടുകൾ വെള്ളത്തിൽമുക്കി കുട്ടയിൽ കച്ചവടക്കാർ അടുക്കിവയ്ക്കും. സി പി യുടെ ഭരണകാലത്താണ് കിണർ കുഴിച്ചതും കല്ല് സ്ഥാപിച്ചതും.

അത്താഴം വിളമ്പി മേശപ്പുറത്തു വച്ചിട്ടുണ്ട്. ദേവരാജൻ വെറ്റില അടുക്കിക്കഴിഞ്ഞ് അത്താഴമുണ്ണും. വെറ്റില അടുക്കുന്ന ജോലിയിൽ മാനസി ഒരിക്കലും ഭർത്താവിനെ സഹായിച്ചില്ല. ജോലി വിഭജിച്ചു നല്കിയിരിക്കുകയാണ്. അടുക്കള ജോലി മാനസിക്ക്. പുറത്തെ ജോലി ദേവരാജന്റെ അമ്മയ്ക്ക്. വെറ്റില വിറ്റ് വീട്ടിലേക്കുവേണ്ട സാധനങ്ങൾ വാങ്ങുന്ന ജോലി ദേവരാജന്. പൊട്ടന്റെ ജോലി ഉറക്കം.

തഴപ്പായിൽ കിടന്ന് മാനസി ഉറക്കത്തിന്റെ വേരുകൾ തേടി. അവൾ കണ്ണുകൾ ഇറുക്കിയടച്ചു. അത്താഴം ഉണ്ടുകഴിഞ്ഞ് ദേവരാജൻ ചന്തയിലേക്കു പോയി. പൊടുന്നനെ വെളുത്തനിറമുള്ള ഒരാൾ അവളുടെ മുമ്പിൽ പ്രത്യക്ഷപ്പെട്ടു. കള്ളനോ, കാമുകനോ? അവൾ കിടന്നുകൊണ്ട് ആഗതനെ നോക്കി. അയാൾ സുന്ദരനായിരുന്നു. വെളുത്ത നിറമായിരുന്നു. കൈയിൽ സ്വർണ്ണച്ചെയിനും കഴുത്തിൽ മാലയുമുണ്ടായിരുന്നു. വെളുത്തനിറക്കാരെ മാനസി അഗാധമായി ഇഷ്ടപ്പെട്ടിരുന്നു. കറുത്ത, അസുന്ദരനായ തന്റെ ഭർത്താവിന്റെ ചുംബനത്തേക്കാൾ എന്തുകൊണ്ടും മാധുര്യമേറും അപരന്റെ ചുംബനമെന്ന് അവൾ വിശ്വസിച്ചു. കോതിമിനുക്കിയ അയാളുടെ മുടിയിൽ മഴവില്ലിന്റെ നിറങ്ങൾ മറഞ്ഞു. കെട്ടുകാള ചരിയുന്നതുപോലെ അയാളുടെ മുഖം അവളുടെ നേരെ നീണ്ടു. ഒരു ചുംബനം സ്വീകരിക്കാൻ അവളുടെ ചുണ്ടുകൾ തയ്യാറായി. കുടമണികിലുക്കി കുണുങ്ങിനിന്ന കുതിരകൾക്കു സമീപം വീർത്ത ബലൂണുകളിൽ കടുകുമണി കിലുങ്ങി. പക്ഷേ, സംഭവിച്ചത് മറ്റൊന്നാണ്. അവളുടെ താലിമാല പൊട്ടിച്ചെടുത്ത് അയാൾ ഓടുകയാണുണ്ടായത്. അവൾ ഉറക്കെ നിലവിളിച്ചു. ശബ്ദം പുറത്തുവന്നില്ല. അവൾ ചാടിഎഴുന്നേറ്റു. ആരോ മുറിയിൽ വന്നതായി അവൾക്കു തോന്നിയതാണോ? അവൾ കഴുത്തിൽ തപ്പിനോക്കി. താലിയുണ്ട്. അവൾ പുറത്തേക്ക് നോക്കി നിലാവ് ഭൂമിയെ പുണർന്നുകിടക്കുന്നു. അവൾ സമയമറിയാൻ വേണ്ടി ക്ലോക്കിലേക്കു നോക്കി.

ഇരുട്ട് ഒരു ആവരണംപോലെ ക്ലോക്കിൽ തൂങ്ങിക്കിടന്നു. ഒന്നുംകാണാൻ കഴിയുന്നില്ല. അവൾ ഒരു മെഴുകുതിരി കത്തിച്ച് ഉയർത്തിനോക്കി. ആശ്ചര്യം! ക്ലോക്കിൽ മിനിറ്റുസൂചിമാത്രം. മണിക്കൂർ സൂചി എവിടെപ്പോയി? ഉറങ്ങാൻ കിടന്നപ്പോൾ ക്ലോക്കിൽ രണ്ടു സൂചികളുണ്ടായിരുന്നു. ക്ലോക്കിൽനിന്നും സൂചികൾ ഒളിച്ചോടിയ കഥകളൊന്നും അവൾ കേട്ടിട്ടില്ല. കള്ളന്മാർ ജയിൽ ചാടി രക്ഷപ്പെട്ടിട്ടുണ്ട്. പക്ഷേ, സൂചി അതുപോലെയല്ലല്ലോ. അവൾ അല്പനേരം ആകാംക്ഷയോടെ ക്ലോക്കിലേക്കുതന്നെ നോക്കിക്കൊണ്ടിരുന്നു. അതാ ചെറിയ സൂചിയുടെ മുക

ളിൽനിന്നും വലിയസൂചി പുറത്തിറങ്ങി. ക്ലോക്കിലെ സൂചികൾ സുഖി ക്കുവാരുന്നു. ഹമ്പടാ കള്ളാ! അവൾ ഉറക്കെപ്പറഞ്ഞു. കോഴിയും ക്ലോക്കും ഒരുപോലെയാണ്. അവൾ വിളിച്ചുപറഞ്ഞു. അവൾ വീണ്ടും ഉറക്കവും പ്രതീക്ഷിച്ച് തഴപ്പായിൽ തളർന്നുകിടന്നു.

പെട്ടെന്നു, പൊട്ടൻ അവളുടെ മുറിക്കുള്ളിലെത്തി. ഒരു വെറ്റിലയും പാക്കും അവൻ മാനസിയുടെ പാദങ്ങളിൽ വച്ചു. ഏതുകാര്യം പുതു തായി തുടങ്ങുമ്പോഴും ദക്ഷിണ നല്കണം. കത്തിനിന്ന മെഴുകുതിരി അവൻ ഊതിക്കെടുത്തി. മെഴുകുതിരിയുടെ മുഖത്തുകൂടി ഉരുകിയ ലായനി കണ്ണീർപോലെ ഒഴുകിയിറങ്ങി. ഒരു മലമ്പാമ്പ് മാൻകുട്ടിയെ സമീപിക്കുകയാണ്. മാനസി ശ്വാസമടക്കികിടന്നു. എന്താണ് സംഭവി ക്കാൻ പോകുന്നതെന്ന് അവൾ ഉൽക്കണ്ഠപ്പെട്ടു. ഫണം വിടർത്തിയ പാമ്പ് അവളുടെ മുഖത്തേക്കടുത്തപ്പോൾ അവൾ സർവ്വശക്തിയും സംഭ രിച്ച് ഒറ്റത്തട്ട്. പാമ്പ് തെറിച്ച് മുറിയുടെ മൂലയിൽ വീണു. വീണ്ടും ഇഴ ഞ്ഞുവന്ന് അവളുടെ ശരീരത്തെ വാലുകൊണ്ട് വരിഞ്ഞുമുറുക്കി. എല്ലു കൾ ഒടിയുന്നതുപോലെ അവൾക്കുതോന്നി. വാല്പിടിച്ചകറ്റിയപ്പോൾ മുൻഭാഗം അവളെ ഞെരുക്കി. അവളുടെ കണ്ണുകൾ പുറത്തേക്ക് തെറിച്ചു. ശരീരം ഞെരിഞ്ഞമങ്ങി. അവൾ ഉറക്കെ കരഞ്ഞു. കരച്ചിലിന്റെ ശബ്ദംകേട്ടു ദേവരാജന്റെ അമ്മ സ്ഥലത്തെത്തി. അവൾ ചൂലെടുത്ത് പൊട്ടനെ അടിച്ചു. അടികൊണ്ട പൊട്ടൻ ചുരുണ്ടു. പിടിവിട്ടു. “ഇവള് മണോം കൊണോം ഇല്ലാത്തോളാ, നീ നിന്റെ പാട്ടിനു പോ” ദേവരാ ജന്റെ അമ്മ അലറി. എന്നിട്ടു മാനസിയുടെ നേരെ തിരിഞ്ഞു.

“ഇവനാരും പെണ്ണുകൊടുക്കത്തില്ല, കെട്ടും നടക്കത്തില്ല. നീ ഒന്നു സഹകരിച്ചാൽ അവന്റെ സ്വത്തും നിനക്കാ, വേണേ മതി”.

പൊട്ടനും അമ്മയും പുറത്തിറങ്ങി. മാനസി സാവധാനം എഴുന്നേറ്റു മെഴുകുതിരി കത്തിച്ചു. ശരീരമാസകലം വേദനിക്കുന്നു. കെട്ടിക്കിടന്ന ഇരുട്ടിനെ വെളിച്ചം കുടിച്ചുതീർത്തു. അവൾ പൊങ്കാലക്കലം കൈയി ലെടുത്തു. ചിരട്ടത്തവി, അരി, പാൽ, ഗണപതിഒരുക്ക്, പഴം, മാല, മൺചെരാത്, വെറ്റില, പാക്ക്, നാണയം ഇവയെല്ലാം ഒരു സഞ്ചിയിൽ നിറച്ചു. തീ കത്തിക്കാനുള്ള കൊതുമ്പും ചൂട്ടും പ്രത്യേകമായി കെട്ടിവ ച്ചിരുന്നത് എടുത്ത് കക്ഷത്തിൽ തിരുകി. ആരെയോ കാത്ത് തിണ്ണയിൽ പോയിനിന്നു. ദേവരാജനെയാണോ? അതോ മറ്റാരെയെങ്കിലും, അറിയില്ല. നേരം പുലരാൻ ഇനിയും സമയമുണ്ട്. ദേവരാജൻ ചന്തയിൽനിന്നും എത്തിയിട്ടില്ല. അവൾ റോഡിലേക്കു നോക്കി. ചെറിയ ചാറ്റൽമഴയിൽ നനഞ്ഞനിലാവ് ഭൂമിയിൽ ചിതറിക്കിടക്കുന്നു. മുറ്റത്തെ കുറ്റിച്ചെടിയുടെ സമീപത്തുകൂടി ഒരുകൂട്ടം കറുത്ത ഉറുമ്പുകൾ വരിവരിയായി നടക്കു ന്നുണ്ട്. ഭൂമിയിൽ എത്രതരം ഉറുമ്പുകൾ ഉണ്ട്. അവൾ സ്വയം ചോദി ച്ചു. എത്രതരം ജീവികൾ? വിചിത്രമായ സ്വഭാവങ്ങൾ! അവർക്കെല്ലാം

വിശപ്പുണ്ട്. ആഹാരംവേണം. ഞാൻ പാഞ്ചാലിയല്ല. എനിക്ക് അക്ഷയ പാത്രമില്ല. അണ്ണാൻ കുഞ്ഞിനും തന്നാലായത്. കുറെ അരിപ്പൊടിയെ ടുത്ത് ഉറുമ്പുകൾക്കു നല്കി. ഉറുമ്പുകൾ യാത്ര തുടരുന്നു. അരിപ്പൊടി കിട്ടിയകാര്യം മറ്റുള്ളവർക്കു നല്കാൻ ഉറുമ്പുകൾ വേഗത്തിൽ നടന്നു. അപ്പോൾ മുൻവശത്തെ റോഡിൽക്കൂടി ഒരു കുതിര ഓടുന്ന ശബ്ദം കേട്ടു. അവൾ റോഡരുകിൽ ചെന്നുനിന്നു. കുതിര വളരെവേഗത്തിൽ അവളുടെ മുന്നിൽക്കൂടി പാഞ്ഞുപോയി. ശബ്ദം വടക്ക് അവസാനിച്ചു. തുടർന്ന് നിശ്ശബ്ദത. അഞ്ചുമിനിറ്റു കഴിഞ്ഞപ്പോൾ കുതിര വടക്കുനിന്നും തെക്കോട്ട് വച്ചുപിടിച്ചു. കുതിരപ്പുറത്ത് ആരോ ഉണ്ട്. അതൊരു വെളുത്ത കുതിരയായിരുന്നു. അശ്വമേധ യാഗം കഴിഞ്ഞ് ഏതോ രാജാവ് അഴിച്ചു വിട്ടതോ? അവൾ ഒരു നെടുവീർപ്പിന്റെ ചിറകിൽ കയറി. മൂന്നു മിനിറ്റി നുള്ളിൽ കുതിര തെക്കുനിന്നും ഓടിവന്ന് അവളുടെ സമീപംനിന്നു. കുതി രപ്പുറത്തിരിക്കുന്ന എന്നെ കണ്ടപ്പോൾ അവൾ തുള്ളിച്ചാടി.

“പൊങ്കാലയിടാൻ പോകുന്നത് കുതിരപ്പുറത്തോ?” അവൾ ചോദിച്ചു.

“അങ്ങനെയും പോകാം” ഞാൻ പറഞ്ഞു. “നീ എന്താ ബസ് സ്റ്റാന്റിൽ വരാതിരുന്നത്?

“എന്റെ ഭർത്താവ് കച്ചോടം കഴിഞ്ഞ് ഇതേവരെ വന്നിട്ടില്ല. വെളു പ്പിനെ അഞ്ചുമണിക്കെന്നല്ലേ ഞാൻ പറഞ്ഞത്”.

“ശരിയാണ്, ഞാൻ നേരത്തെ പോന്നു. നീവാ”

ഞാൻ മാനസിയെ വിളിച്ചു. ഉടുത്തിരുന്ന മുണ്ട് തറ്റുടുത്ത് അവൾ കുതിരപ്പുറത്തു കയറി. പൊങ്കാല സാധനങ്ങൾ കൈയിൽ മുറുകെപി ടിച്ചു.

ഞാൻ കാലുകൾ അനക്കി. കുതിര ഞങ്ങളേയും വഹിച്ചുകൊണ്ട് വേഗത്തിൽ ഓടി. ക്രമേണ കുതിരയുടെ വേഗംകൂടി. മാനസി എന്നെ ചുറ്റിപ്പിടിച്ചിരുന്നു. അവൾ സന്തോഷംകൊണ്ട് ചിരിക്കുന്നുണ്ടായിരുന്നു. ആകാശമാർഗ്ഗേണ ഒരു മൃഗാശുപത്രിക്കു പിന്നിലെ വിശാലമായ വയ ലിൽ ഞങ്ങൾ എത്തിച്ചേർന്നു. വെളുത്തപശുക്കൾ അവിടെ വിശ്രമിക്കു ന്നതു കണ്ടു. അവരുടെ അകിടിൽ പാൽ നിറഞ്ഞിരിക്കുന്നതു കണ്ടു. ചിതറിക്കിടന്ന ഇഷ്ടികകൊണ്ട് അവൾ അടുപ്പുകൂട്ടി. അതിനുമുകളിൽ കലം വച്ചു. കലത്തിനുള്ളിൽ വെള്ളം നിറച്ചു. തീ കത്തിക്കുന്നതിനു മുമ്പ് ഗണപതിക്കു വച്ചു. പഴവും അവിലും മലരും കൽക്കണ്ടവും വിതറി. മൺചെരാത് കത്തിച്ചു. അടുപ്പിൽ തീ പകർന്നു. ജലം ആദ്യം വിയർത്തു. പിന്നെ നൃത്തം ചെയ്യാൻ തുടങ്ങി. അരി വെള്ളത്തിലിട്ടു. വെള്ളത്തിനു മുകളിൽ ഒരുപാടപോലെ തവിട് തെളിഞ്ഞു. വെള്ളം മുകളിലേക്കുള്ള യാത്രയിൽ കലത്തിന്റെ അടിവയറ്റിൽ സ്പർശിച്ചു. ചൂടേറിയപ്പോൾ മൺകലം പുളഞ്ഞ് ഇക്കിളിപ്പെട്ടു. തവിടുകലർന്ന വെള്ളം മുകളിലേ ക്കുയർന്നു. അവസാനം തിളവെള്ളം കലത്തിന്റെ വശങ്ങളിൽക്കൂടി

താഴോട്ടൊഴുകി അടുപ്പിൽവീണു. ചാമ്പൽ പുറത്തേക്കു പറന്നു. അഗ്നി കെട്ടു. വീണ്ടും തീ കത്തിച്ചു. മുമ്പോട്ടും പിറകോട്ടും വശങ്ങളിലേക്കും അരിക്കലത്തിനുള്ളിൽ കലമ്പലുണ്ടാക്കി. വെള്ളം വറ്റാൻ തുടങ്ങിയപ്പോൾ കെട്ടിക്കൊണ്ടുവന്ന കാശിത്തെറ്റിമാല അവൾ കലത്തിന്റെ കഴുത്തിലണിയിച്ചു. അവൾ ചിരട്ടത്തവി മൺകലത്തിനുള്ളിലിറക്കി ചുഴറ്റി. അപ്പോഴേക്കും നൈവേദ്യം കലത്തിനടിയിൽ പറ്റിപ്പിടിച്ചു കഴിഞ്ഞിരുന്നു. മാനസിയെ തനിച്ചാക്കിയിട്ട് വെളുത്ത കുതിരപ്പുറത്തുകയറി ഞാൻ തിരിച്ചുപോയി. കരിപിടിച്ച പൊങ്കാലക്കലവുമായി കാലത്തിന്റെ കരയിൽ മാനസി ആരെയോ കാത്തുനിന്നു.

9

തെരുവു നായ്ക്കളെ കല്ലെറിയാം

ഞാനിപ്പോൾ നടന്നുപോവുന്ന ഇടവഴിയുടെ ചുറ്റും കാടാണെങ്കിലും വഴിയുടെ അറ്റം ചെന്നുമുട്ടുന്നത് മെയിൻ റോഡിനു സമീപമുള്ള സ്കൂളിനു മുന്നിലാണ്. സ്കൂളിൽനിന്നും കുട്ടികൾ പുറത്തിറങ്ങിയിട്ടുണ്ട്. ചെങ്ങന്നൂർ അമ്പലത്തിൽ തൃപ്പൂത്താറാട്ടു കഴിഞ്ഞ് നിരനിരയായി വരുന്ന ഭക്തജനങ്ങളെപ്പോലെയായിരുന്നു പണ്ട് സ്കൂൾ വിടുമ്പോൾ കുട്ടികളുടെ ഒഴുക്ക്. ഇപ്പോൾ ഏറിയാൽ നൂറു കുട്ടികൾമാത്രം. അവരുടെ കലപില ശബ്ദം കേട്ടപ്പോൾ എനിക്ക് ഭയം തോന്നി. ഇടവഴിയുടെ തെക്കുഭാഗത്തെ മുളങ്കൂട്ടത്തിനു മുകളിലേക്ക് ചരൽക്കല്ലുകൾ വാരിഎറിയുന്നത് അവർക്കൊരു രസമാണ്. മുളയ്ക്കുള്ളിൽ വീഴുന്ന കല്ലുകൾ മുളയിൽതട്ടി താഴേക്കു പതിക്കുന്ന ശബ്ദം കേട്ട് അവർ ആർത്തുചിരിക്കും. കുട്ടികളാണെങ്കിലും അവരെയും എനിക്ക് ഭയമാണ്. ഇടവഴിയിൽ നിന്നും വലിയ കല്ലുകൾ പെറുക്കി എന്റെ നേരേ അവർ സീൽക്കാരത്തോടെ എറിയും. കൃത്യമായി ശരീരത്ത് പതിക്കുകയും വേദനകൊണ്ട് ഞാൻ കരയുകയും ചെയ്യും. ഞാൻ കുറ്റിക്കാടുകൾക്കുള്ളിൽ കയറി മറഞ്ഞുനിന്നു. വഴിയരികിൽ മുന്നണിക്കാടും ഉപ്പനച്ചവും കാട്ടുതെറ്റിയും വളർന്നു കിടക്കുന്നത് എന്നേപ്പോലെയുള്ളവർക്ക് ഒരനുഗ്രഹമാണ്. ഒരു മാസംമുമ്പ് തൊഴിലുറപ്പുകാർ കാടൊക്കെ വെട്ടിത്തെളിച്ച് വെളുപ്പിച്ചതാണ്. കാടിന്റെ വേര് പറിക്കുകയോ പിഴുതെടുക്കുകയോ ചെയ്യരുതെന്ന് മുകളിൽനിന്നും കർശ്ശനമായ നിർദ്ദേശമുണ്ട്. വീണ്ടും വളർന്നാലല്ലേ അവർക്ക് ജോലികിട്ടൂ! കുട്ടികൾ ഓരോരുത്തരായി കടന്നുപോയപ്പോൾ ഞാൻ ശ്വാസമടക്കിനിന്നു. ഭാഗ്യം എന്നെ ആരും കണ്ടില്ല!

രാവിലെ വീട്ടിൽനിന്നും ഇറങ്ങിയതാണ്. മക്കൾ നാലുപേരും വിശന്നുവലഞ്ഞ് വഴിക്കണ്ണുമായി എന്നെ കാത്തിരിക്കുകയാവും.

അവരുടെ വിശപ്പ് മാറ്റേണ്ടത് അമ്മ എന്ന നിലയിൽ എന്റെ ചുമതലയാണ്. മനുഷ്യരുടെ സാന്നിദ്ധ്യം മൂലം വഴിയിലാകെ തടസ്സങ്ങളുണ്ടായി. എന്തെങ്കിലും കഴിക്കാൻ കിട്ടിയിരുന്നെങ്കിലെന്ന് ആശിച്ചെങ്കിലും ഒന്നും നടന്നില്ല. മിക്കവാറും ദിവസങ്ങളിൽ ക്ഷേത്രത്തിൽ വിവാഹം ഉണ്ടാവും. ഊട്ടുപുരയുടെ പുറത്തേക്കെറിയുന്ന ഇലകളിൽ സുഭിക്ഷമായി ഭക്ഷിക്കാനുള്ള തീറ്റകൾ കാണും. മനുഷ്യരുടെ ഓരോ വിവാഹവും ഓരോ ധൂർത്താണ്. വിവാഹം കഴിഞ്ഞ് എന്തുമാത്രം ആഹാരമാണ് വെറുതെ കളയുന്നത്! ആഹാരത്തിന് വകയില്ലാത്ത എത്രയോ പാവങ്ങൾ ഇവിടെ പട്ടിണികിടക്കുന്നു. കുംഭമാസമായതുകൊണ്ട് ക്ഷേത്രത്തിൽ വിവാഹങ്ങളില്ല. കളമെഴുതിപ്പാട്ടും ഉച്ചപൂജയുമുണ്ട്. ഉച്ചപ്പാട്ടിനെത്തുന്ന ചെണ്ടക്കാരും പാട്ടുകാരും കളമെഴുത്തുകാരും കുരുത്തോലയും മാലയും തൂക്കുന്ന വഴിപാടുകാരും ക്ഷേത്രത്തിലുണ്ടായിരുന്നതുകൊണ്ട് അതുവഴി പോകുന്നത് അപകടമാണെന്ന് അറിയാമായിരുന്നു. വളരെ രഹസ്യമായി ഊട്ടുപുരയുടെ ചുറ്റും നടന്നെങ്കിലും ഒന്നും കിട്ടിയില്ല. ആവശ്യക്കാരില്ലാത്ത പായസം കഴകം പണ്ട് ക്ഷേത്രക്കുളത്തിനു സമീപമുള്ള തെങ്ങിൻ ചുവട്ടിൽ ഇടുമായിരുന്നു. ഇപ്പോൾ അതും നിന്നു. പായസം ചൂടുവെള്ളത്തിൽ കലക്കി പശുവിനു കൊടുത്താൽ പാല് ധാരാളം കിട്ടുമെന്ന പുതിയ അറിവുമൂലം, കഴകം പായസമെല്ലാം വീട്ടിൽകൊണ്ടുപോകാൻ തുടങ്ങി. വിശപ്പുമൂലം എന്റെ ശരീരം തളരുന്നതുപോലെ തോന്നി. എന്റെ എട്ടുമുലകളിലും പാൽനിറഞ്ഞ് വിങ്ങാൻതുടങ്ങി. അമ്പലക്കാവിനു സമീപത്തെ ചെറിയ കുഴിയിൽ തലേന്നുപെയ്ത മഴയിൽ ഒഴുകിയെത്തിയ വെള്ളം കുറെ കുടിച്ചപ്പോൾ ഒരല്പം ആശ്വാസം തോന്നി. ആളൊഴിഞ്ഞ നേരമായിരുന്നു അത്. എപ്പോഴാണ്, എവിടെനിന്നാണ് കല്ലുകൾ പാഞ്ഞുവരുന്നതെന്ന് അറിയാനുള്ള വൈദഗ്ദ്ധ്യമൊന്നും എനിക്കില്ല. പണ്ടൊരിക്കൽ ആരോ വലിച്ചെറിഞ്ഞ കല്ല് എന്റെ പിൻകാലിലാണ് കൊണ്ടത്. വേഗത്തിൽ നടക്കുമ്പോൾ ഇപ്പോഴും വേദന തോന്നുന്നു. എല്ലൊടിഞ്ഞിരുന്നെങ്കിൽ എന്നെ ആര് ആശുപത്രിയിൽ കൊണ്ടുപോകും? വേദനഞങ്ങളുടെ ജീവിതത്തിന്റെ ഒരു ഭാഗമാണ്.

ഒരിക്കൽ ലിസിചേച്ചി മീൻ കഴുകുകയായിരുന്നു. ലിസിചേച്ചിയുടെ വീട് വെറ്റിലക്കണ്ടത്തിന് സമീപം, മൃഗാശുപത്രിയുടെ ഉയരമുള്ള മതിലിന്നപ്പുറത്താണ്. ചാണകത്തിന്റെ നാറ്റം എപ്പോഴും ആ വീട്ടിലുണ്ട്. ഒരല്പം മാറി, വളരെ ഭവ്യതയോടെ മീനിന്റെ അവശിഷ്ടവും പ്രതീക്ഷിച്ച് നിന്ന എന്റെ മുഖത്തേക്ക് അവർ മീൻകഴുകിയ വെള്ളം നീട്ടിയൊഴിച്ചു. എന്റെ കണ്ണിലും ചുണ്ടിലും കാലിലും മീൻവെള്ളം വീണു. ഞാൻ ശരീരം കുടഞ്ഞു. മീനിന്റെ തലയും വാലും അവശിഷ്ടങ്ങളും പുറത്തേക്ക് തെറിച്ചു. ലിസിച്ചേച്ചിയുടെ മുടിക്കെട്ടിനുള്ളിൽ ഒരു കഷണം മീൻ പറന്നുവീണു. പൊടുന്നനെ അവർ കൈയിലിരുന്ന കത്തി എന്റെ നേരെ വലിച്ചെറിഞ്ഞു. ഒഴിഞ്ഞുമാറിയതുകൊണ്ട് എന്റെ ശരീരത്തിൽ

കൊണ്ടില്ല. മീൻ കഴുകിയ വെള്ളം അവർ വാഴച്ചുവട്ടിൽ ഒഴിച്ചു. നായ് ഒരു വളർത്തുമൃഗമാണ്. മനുഷ്യനെ ഇത്രമാത്രം സ്നേഹിക്കുന്ന, അവന് എല്ലാവിധ സംരക്ഷണവും നല്കുന്ന മറ്റൊരു ജീവി ഈ ഭൂമിയിലുണ്ടോ എന്ന് സംശയമാണ്. എന്നിട്ടും മനുഷ്യർ ഞങ്ങളോടു കാണിക്കുന്ന അനീതി ഭയങ്കരം! തനിക്കു വേണ്ടാത്ത ഭക്ഷണം വിശന്നു വലയുന്ന ഞങ്ങൾക്കു തരാൻ മനസ്സില്ലാത്ത മനുഷ്യരെക്കുറിച്ച് എന്തു പറയാൻ? പിന്നീട് ഞാൻ പോയത് പാണൻവിളയിലെ കശുമാവിൽ തോട്ടത്തിലേക്കാണ്. മണംപിടിച്ച് നടന്നെങ്കിലും ഒന്നും കിട്ടിയില്ല. കുറെനേരം ഒരു കപ്പമാവിന്റെ തണലിൽ ഞാൻ വിശ്രമിച്ചു. പ്രസവം അടുത്തുവരുന്നതായി എനിക്കു തോന്നിയിരുന്നു. ഞങ്ങളുടെ ഗർഭകാലം ഏതാണ്ട് രണ്ടു മാസമായിരിക്കുമെന്ന് എനിക്ക് അറിയാമായിരുന്നു.

പ്രസവിക്കാൻ സുരക്ഷിതമായ ഒരു സ്ഥലം കണ്ടുപിടിക്കണമെന്ന് ഞാൻ വിചാരിച്ചു. സന്ധ്യമയങ്ങിക്കഴിഞ്ഞ്, വെളിച്ചമില്ലാത്ത വഴിയിലൂടെ നടന്നാൽ എന്നെ വേട്ടയാടുന്ന മനുഷ്യരെ വഴിയിലെങ്ങും കാണാൻ കഴിയില്ല. ചാവരുനടയിൽ ചന്ദ്രൻസാറിന്റെ വീട്ടിൽ ഒരു തൊഴുത്തുണ്ട്. ഇപ്പോൾ പശുക്കളില്ല. നെൽകൃഷി ഇല്ലാതാക്കിയതുപോലെ പശുകൃഷിയും മനുഷ്യർക്കുവേണ്ട! തൊഴുത്തൊക്കെ കാലിയാണ്. പണ്ട് ചന്ദ്രൻസാറിന്റെ തൊഴുത്തിൽ കണ്ടം പൂട്ടാനുള്ള കാളയും പശുക്കളുമുണ്ടായിരുന്നതായി പറഞ്ഞു കേട്ടിട്ടുണ്ട്. തൊഴുത്തിന്റെ പുറകുവശത്തെ ചായ്പ്പിൽ ഇപ്പോൾ വിറകടുക്കി വച്ചിരിക്കുകയാണ്. സിമന്റ് കട്ടയുടെ മുകളിലായതുകൊണ്ട് അടിയിൽ ഞങ്ങളെപ്പോലെയുള്ള ഒരാൾക്ക് സുരക്ഷിതമായി കിടക്കാം. തൊഴുത്തിനോടു ചേർന്ന് രണ്ടു കുഴികളുണ്ട്. ഒന്ന് ചാണകം വാരിയിടാൻ. മറ്റൊന്ന് മൂത്രം ഒഴുകി നിറയാൻ. ചെറിയ കുഴിയാണ് ഞാൻ തിരഞ്ഞെടുത്തത്. ഒരു ദിവസം രാത്രിയിൽ വിറകിനടിയിൽക്കൂടി ഇറങ്ങി സ്ഥലം പരിശോധിച്ചു. തൃപ്തിപ്പെട്ടു. പിന്നീടു പകൽസമയങ്ങളിൽ ചന്ദ്രൻസാറിന്റെ വീടിനടുത്തെങ്ങും ഞാൻ പോകാറില്ലായിരുന്നു. ആർക്കും സംശയം തോന്നണ്ട! ഞാൻ ആ കുഴിയിൽ കിടന്നാണ് പ്രസവിച്ചത്. നാലുകുട്ടികളും ഒന്നിച്ചാണ് പുറത്തുവന്നത്. മനുഷ്യർക്കാണെങ്കിൽ പ്രസവശുശ്രൂഷയ്ക്ക് ആളുണ്ട്, ആശുപത്രിയുണ്ട്! ഞങ്ങൾക്കു ദൈവംമാത്രം. കുട്ടികളെ പൊതിഞ്ഞിരുന്ന ആവരണം ഞാൻ കടിച്ചുപൊട്ടിച്ചു. എല്ലാവരും പുറത്തായി. നാലുപേർക്കും ചന്ദനത്തിന്റെ നിറം. ഞാനെന്ന അമ്മ പോഷകഗുണമുള്ള ഒരു ആഹാരവും കഴിച്ചില്ല. എന്നിട്ടും കുട്ടികൾ എല്ലാവരും കൊഴുത്തത്. കണ്ണു വിരിയാൻ പതിനെട്ടു ദിവസം കഴിയുമെന്നാണ് പറഞ്ഞു കേട്ടത്. അതുവരെ സൂക്ഷിക്കണം. അതുകഴിഞ്ഞാൽ അവരായി, അവരുടെപാടായി. നേരിയശബ്ദംപോലും പുറത്തു കേൾക്കരുതെന്ന് കർശ്ശനമായി ഞാൻ അവരോട് പറഞ്ഞിട്ടുണ്ട്. പരസ്പരം ചൂടുനല്കി കുട്ടികൾ കുഴിയിൽ ഒന്നിച്ചു കിടക്കുന്നതു കണ്ടപ്പോൾ എന്റെ കണ്ണുനിറഞ്ഞു.

വിറകിനിടയിൽനിന്നും എന്തോ ശബ്ദം കേൾക്കുന്നതായി ചന്ദ്രൻസാർ ഒരു ദിവസം ഭാര്യയോടു പറഞ്ഞു. അടുക്കളയിൽനിന്നും ചന്ദ്രൻസാറിന്റെ ഭാര്യ പുറത്തുവന്ന് ശ്രദ്ധിച്ചു. അവർ മെലിഞ്ഞ ഒരു സ്ത്രീയാണ്. കോലുപോലുള്ള ശരീരം. സിനിമാനടി പാർവ്വതിയുടേതു പോലുള്ള കണ്ണുകൾ. നെറ്റിയിൽ എപ്പോഴും ചന്ദനക്കുറി. ദിവസവും ക്ഷേത്രത്തിൽ പോകും. മീൻ വെള്ളം മുറ്റത്തെങ്ങും ഒഴിക്കാതെ, വീടിനു പുറകിലുള്ള പഴയ കക്കൂസ്കുഴിയിൽ സൂക്ഷ്മതയോടെ വീഴ്ത്തും. നല്ല വൃത്തിക്കാരിയാണ്.

“ഓ, ഞാനൊന്നും കേൾക്കുന്നില്ല”

അവർ അടുക്കളയിലേക്കുപോയി.

“കണ്ണുവിരിയാത്ത പട്ടിക്കുട്ടികളുടെ ശബ്ദംപോലെ”.

ചന്ദ്രൻസാർ ആത്മഗതമെന്നോണം പറഞ്ഞു. എന്നിട്ട് തൊഴുത്തിനു ചുറ്റും നടന്ന് അയാൾ പരിശോധിച്ചു. സംശയാസ്പദമായി ഒന്നും കണ്ടില്ല. “ഒരു ഗർഭിണിപ്പട്ടി ഇതിലേ നടക്കുന്നതുകണ്ടു. അവളുകേറി പെറ്റോ എന്തോ! പെറ്റെങ്കിൽ ശല്യമാ.... എന്തായാലും നാളെ വിറകെല്ലാം ഒന്ന് ഇളക്കി നോക്കണം. കൊച്ചുങ്ങള് കണ്ണ് വിരിയാത്തതാരിക്കും. എന്നാലും കൊണ്ടുകളയണം. എടീ ലതേ, ഒരു ചാക്ക് എടുത്തു വച്ചേക്കണം” അയാൾ ഭാര്യയോടു ഉറക്കെപ്പറഞ്ഞു.

സന്ധ്യമയങ്ങിക്കഴിഞ്ഞപ്പോൾ ശബ്ദമുണ്ടാക്കാതെ വിറകിനടിയിൽ കൂടി ഞാൻ ചെറിയ കുഴിയുടെ സമീപം ചെന്നു. എന്റെ ശ്വാസം നേരെ വീണു. എല്ലാവരും കുഴിയിലുണ്ട്. ഒട്ടിച്ചേർന്ന് കിടപ്പാണ്. ചെറുപ്പത്തിൽ പരസ്പരം സ്നേഹമുണ്ട്. വളർന്നാൽ കടിച്ചുകീറും. മനുഷ്യരേപ്പോലെ. എന്റെ സാന്നിദ്ധ്യം തിരിച്ചറിഞ്ഞ അവർ തിക്കിത്തിരക്കി എന്റെ മുലകളിൽ മുഖമമർത്തി. ഞാൻ രോമാഞ്ചപ്പെട്ടു. നിർവൃതിയുടെ കുപ്പായമണിഞ്ഞു. നിങ്ങളിൽ ഈ കഥ വായിക്കുന്ന സ്ത്രീകൾ ആരെങ്കിലുമുണ്ടെങ്കിൽ എനിക്ക് ഒരു ചോദ്യമുണ്ട്. സീരിയൽ കാണുന്നതിനിടയിൽ എന്റെ ചോദ്യം കേൾക്കാൻ നിങ്ങൾക്ക് സമയമുണ്ടായി എന്നുവരില്ല. എങ്കിലും ചോദിക്കുകയാണ്. ജീവിതത്തിൽ പരമമായ ആനന്ദം നിങ്ങൾ അനുഭവിക്കുന്നത് എപ്പോഴാണ്? സ്ത്രീയുടെ ജന്മം സഫലമാവുന്നത് എപ്പോഴാണ്? ഉത്തരം ലളിതം. സ്വന്തം കുഞ്ഞുങ്ങൾ തന്റെ സ്തനം നുണയുമ്പോഴല്ലേ? എനിക്ക് അങ്ങനെയാണ് തോന്നുന്നത്. മുലയിൽനിന്നും മുഖമടർത്തി ഒരു വിരുതൻ പിന്മാറിയിരിക്കുന്നു. അവന്റെ വയർ നിറഞ്ഞുകാണില്ല. അവൻ ആണായിരിക്കാനാണ് സാദ്ധ്യത. ആൺമക്കൾക്ക് അമ്മയോട് സ്നേഹക്കൂടുതലുണ്ട്. പാല് തീരുമ്പോൾ അമ്മയുടെ സിരകളിലെ ചോരയായിരിക്കും പിന്നീടു വരുന്നത്. അതവൻ ഇഷ്ടപ്പെടുന്നുണ്ടാവില്ല. കുഞ്ഞിനോടുള്ള സ്നേഹം കൊണ്ടാണ് ഒരമ്മയുടെ സിരകളിൽക്കൂടി ഒഴുകുന്ന രക്തം പാലായിട്ട് പുറത്തുവരുന്നതെന്ന് മഹാകവി കുമാരനാശാൻ പാടിയിട്ടുണ്ട്. അദ്ദേഹം പാടിയത് സത്യ

മല്ലേ?

ചന്ദ്രൻസാറിന്റെ ഭാര്യ ഒരു പാവം സ്ത്രീയാണ്. പശുക്കളുണ്ടായിരുന്ന കാലത്ത് അവരായിരുന്നു കറവക്കാരി. അകിട്ടിൽ വെളുപ്പിനേ വെള്ളം തളിക്കുമ്പോൾ അവർ കുറേനേരം നിശ്ചലമായി ഇരിക്കുന്നതു ഞാൻ കണ്ടിട്ടുണ്ട്. മനുഷ്യർക്ക് രണ്ട് മുല, പശുവിന് നാല്, പട്ടിക്ക് എട്ട് എന്നിങ്ങനെ ഇരട്ടിയായി പോവുന്ന എണ്ണത്തെക്കുറിച്ച് ചിന്തിച്ചതോ അതോ ഒരിക്കലും പാല് ഊറിവരാത്ത തന്റെ മാറിടത്തെക്കുറിച്ച് വേവലാതിപ്പെട്ടതോ? പാത്രത്തിലേക്ക് വീഴുന്ന പാലിന് ഒരു താളമുണ്ടായിരുന്നു. പക്ഷേ, അവരുടെ ജീവിതത്തിന്റെ താളം തെറ്റി. ലതച്ചേച്ചി ഇറച്ചിയോ മീനോ കഴിക്കാറില്ല. ചന്ദ്രൻ സാറിനുവേണ്ടി അതൊക്കെ പാചകം ചെയ്യും. ചന്ദ്രൻ സാറ് മിക്കപ്പോഴും മദ്യപിച്ചാണ് വീട്ടിലെത്തുന്നത്. ഇപ്പോൾ ബാറുകളൊക്കെ പൂട്ടിയതുകൊണ്ട് വീട്ടിലാണ് കുടി. 'പാണ്ടീമണിയൻ ഇരുന്നപ്പോഴും വിന; ചത്തപ്പോഴും വിന' എന്നു പറഞ്ഞതുപോലെയാണ് കാര്യങ്ങൾ. ബാറ് അടച്ചാലും തുറന്നാലും വെള്ളമടിക്ക് ഒരു കുറവുമില്ല. ഇപ്പോൾ സ്ത്രീകൾക്ക് വീട്ടിലും സ്വൈരമില്ല. ഒരുദിവസം ചന്ദ്രൻസാർ മദ്യപിച്ചു വന്നിട്ടു ഒരു കഥപറഞ്ഞു. ദൈവം പെണ്ണിനേയും പട്ടിയേയും ഒരേ സമയമാണ് സൃഷ്ടിച്ചത്. പട്ടിക്കു ഫിറ്റു ചെയ്യാൻ കുറെ മൂക്കുകൾ ഉണ്ടാക്കി ഉണങ്ങാൻ വച്ചു. എന്നിട്ടു ദൈവം കഞ്ഞികുടിക്കാൻ പോയി. കഞ്ഞികുടി കഴിഞ്ഞ് ഒന്നു മയങ്ങി. ഉണർന്നെഴുന്നേറ്റ് മൂക്കൊക്കെ പട്ടിക്കു ഫിറ്റു ചെയ്തു. ബാക്കിവന്ന പട്ടിയുടെ മൂക്ക് പെണ്ണുങ്ങൾക്ക് അറിയാതെ, ഓർക്കാതെ ഫിറ്റുചെയ്തു. അതുകൊണ്ടാണ് വെള്ളമടിച്ച ഭർത്താക്കന്മാർ ദൂരെനിന്നു വരുമ്പോൾതന്നെ ഭാര്യമാർ മണം പിടിച്ചെടുക്കുന്നത്. പട്ടിയുടെ മൂക്കും ഭാര്യയുടെ മൂക്കും ഒന്നാണ്. ചന്ദ്രൻസാർ കഥപറഞ്ഞിട്ടു ചിരിച്ചു. ലതചേച്ചിക്ക് കഥ കേട്ടിട്ടു ഒന്നും തോന്നിയില്ല. ചിരിച്ചതുമില്ല. അവരുടെ നിഘണ്ടുവിൽ ചിരി എന്ന വാക്ക് അച്ചടിച്ചിട്ടുണ്ടായിരുന്നില്ല.

ചന്ദ്രൻസാറിന്റെ മകൻ കോളേജിലാണ്. അവൻ എപ്പോഴും ടി വിയുടെ മുന്നിലാണ്. നല്ല തടിയുണ്ട്. വീട്ടിൽ വന്നാൽ ബർമൂഡയാണ് വേഷം. അമ്മ പറഞ്ഞാൽ ഒന്നും അനുസരിക്കില്ല. ലതചേച്ചിക്ക് അക്കാര്യത്തിൽ ദുഃഖമുണ്ട്. ചന്ദ്രൻ സാർ വന്നാലുടൻ അവൻ സ്വന്തം മുറിയിലേക്കു പോവും. മകൾ കവിത സ്കൂളിലാണ്. നല്ലകുട്ടി. ആരോടും അധികം സംസാരിക്കാറില്ല. എനിക്ക് പലപ്പോഴും ആ കുട്ടി ആഹാരം തന്നിട്ടുണ്ട്. പക്ഷേ, ഈയിടെ എന്തോ പറ്റിയതുപോലെ മുഖം വാടിയിരിക്കുന്നു. പെണ്ണല്ലേ? കൈയിൽ മൊബൈൽ ഉണ്ടാവും. ഏതെങ്കിലും പയ്യന്മാരുടെ 'മിസ്സ് കാളിൽ' കുരുങ്ങിയോ?

രാത്രിയിൽ ചില നായ്ക്കൾ എന്റെ സമീപം വരും. വെറുതെ അടുത്തുവന്നു നില്ക്കും. ഞാൻ ഓടുമ്പോൾ അവനും ഓടും. ഞാൻ നില്ക്കുമ്പോൾ അവനും നില്ക്കും. മനുഷ്യർക്കാണെങ്കിൽ ഉള്ളിലെ വികാരം

വാക്കുകളിലൂടെ വെളിപ്പെടുത്താം. ഞങ്ങൾക്ക് സംസാരിക്കാൻ പറ്റില്ലല്ലോ? പ്രേമം പ്രകടിപ്പിക്കാനുള്ള ഞങ്ങളുടെ അവയവം കണ്ണാണ്. ഒരാൾ പകലെന്നോ, രാത്രിയെന്നോ ഇല്ലാതെ എന്നെ വിടാതെ പിടിച്ചു. എപ്പോഴും എന്റെ സമീപത്തുനില്ക്കും. എനിക്കാണെങ്കിൽ ഒന്നിനും ഒരു താല്പര്യമില്ലായിരുന്നു. വെറുതെ വയ്യാവേലി വലിച്ചു തലയിൽ വെക്കാൻ ആഗ്രഹമില്ലായിരുന്നു. പക്ഷേ, എന്റെ മനസ്സലിഞ്ഞു. അയ്യോ പാവം തോന്നി. കഷ്ടമല്ലേ? എത്രനാളായി എന്റെ പിറകേ നടക്കുന്നു. ഞാനങ്ങു സമ്മതിച്ചു. ബന്ധപ്പെട്ടപ്പോൾ ഒരു രസമൊക്കെ തോന്നി. പക്ഷേ, അറിയാതെ ഒരപകടം സംഭവിച്ചു. ഞങ്ങളുടെ വയറിനുള്ളിൽ ഒരു കൊളുത്തുവീണു. ദൈവത്തിന്റെ ഓരോരോ വികൃതികൾ. ഒന്നരമണിക്കൂർ കഴിഞ്ഞാൽ കൊളുത്ത് താനേമാറും. ലോകത്തിൽ ഏതെങ്കിലും ഒരു ജീവിക്ക് ഇത്തരത്തിൽ ഒരു അനുഭവമുണ്ടോ? അറിഞ്ഞൂടാ! രണ്ടുപേരും കുരുങ്ങിക്കിടന്നു. അവൻ മുന്നോട്ടു വലിച്ചപ്പോൾ ഞാൻ വേദനകൊണ്ടു ക്രൂരമായി കരഞ്ഞു. ഞാൻ മുന്നോട്ടാഞ്ഞപ്പോൾ അവൻ കുരച്ചു. മുന്നോട്ടും പിറകോട്ടും പോകാൻ കഴിയാത്ത അവസ്ഥ. അതുവഴിവന്ന ആൾക്കാർ ഞങ്ങളെ കല്ലെറിഞ്ഞു. സീൽക്കാരത്തോടെ പാഞ്ഞുവന്ന കല്ലുകൾ എന്റെയും എന്റെ കൂട്ടുകാരന്റേയും ശരീരത്തിൽ പതിച്ചു. പോക്കറ്റടിക്കാരനെ നാട്ടുകാർ തല്ലുന്നതുപോലെ വന്നവർ വന്നവർ ഞങ്ങളെ എറിഞ്ഞു. ഞങ്ങൾ ചെയ്തത് തെറ്റാണോ? ഞാൻ സ്വയം ചോദിച്ചു. എല്ലാ വേദനകളും സഹിക്കാൻതന്നെ ഞാൻ തീരുമാനിച്ചു. മഹാബുദ്ധിശാലികളായ മനുഷ്യർക്ക് ഇത്തരത്തിലൊരു കൊളുത്ത് ഘടിപ്പിക്കുകയായിരുന്നു ദൈവം ചെയ്യേണ്ടിയിരുന്നത്!

കുട്ടികളുടെ വയർനിറഞ്ഞപ്പോൾ ശബ്ദമുണ്ടാക്കാതെ സാവധാനം ഞാൻ പുറത്തിറങ്ങി. പുറത്തിറങ്ങുന്നത് സൂക്ഷിക്കണം. പഞ്ചായത്തിൽ നിന്നും പട്ടിയെ പിടുത്തക്കാർ റോഡിൽ പൊലീസിനേപ്പോലെ നില്ക്കുന്നുണ്ടാവും. പറഞ്ഞതു 'മനോഹരനാണ്'. നായ്ക്കളെക്കൊണ്ട് മനുഷ്യർക്ക് ജീവിക്കാൻ കഴിയുന്നില്ല. മനുഷ്യരുടെ ക്രൂരതമൂലം ഞങ്ങൾക്ക് സ്വസ്ഥമായി ജീവിക്കാൻ കഴിയുന്നില്ലെന്ന് ആരോടു പറയാനാണ്? ഒരു കാര്യം പറയാൻ മറന്നു. മനോഹരൻ എന്റെ സഹോദരനാണ്. ജനിച്ചപ്പോൾ അവൻ ഭയങ്കര സുന്ദരനായിരുന്നു. കറുപ്പും വെളുപ്പും ഇടകലർന്ന നിറം. കാല് നാലും വാലും വെള്ള, കഴുത്തിന് ചുറ്റും ബൽറ്റ്പോലെ വെളുത്തനിറം. നെറ്റിയിൽ വെളുത്ത ചുട്ടി. ബാക്കി ശരീരഭാഗങ്ങളെല്ലാം കറുപ്പ്. ജനിച്ചപ്പോൾ തന്നെ പറമ്പിക്കുളത്തെ പാപ്പിച്ചേട്ടൻ മനോഹരനെ ബുക്കു ചെയ്തതായി അമ്മ പറഞ്ഞുകേട്ടിട്ടുണ്ട്. പാപ്പിച്ചേട്ടന്റെ വീട്ടിൽ ഒരു രാജാവായിട്ടാണ് അവൻ ഇപ്പോൾ കഴിയുന്നത്. പാപ്പിച്ചേട്ടൻ നടക്കാൻ പോവുമ്പോൾ അവനെയും കൂടെക്കൂട്ടും. പാപ്പിച്ചേട്ടന് ഡൽഹിയിലാണ് ജോലി. വർഷത്തിൽ രണ്ടുപ്രാവശ്യം നാട്ടിൽവരും. മനോഹരനു പിന്നെ കോളാണ്. കൊട്ടാരംപോലുള്ള വീട്ടിനുമുന്നിലെ പട്ടിക്കൂ

ട്ടിൽ മനോഹരൻ കിടക്കുന്നത് അതുവഴി പോകുമ്പോൾ ഞാൻ കണ്ടിട്ടുണ്ട്. അവൻ കുരച്ചാൽ ഭൂമി കുലുങ്ങുന്നതായി തോന്നും. അത്രശക്തിയാണ്. ഡൽഹിയിൽനിന്നും പാപ്പിച്ചേട്ടൻ വരുമ്പോൾ മനോഹരനുള്ള കുപ്പായവും സോപ്പും ഷാംപൂവും പൗഡറും പ്രത്യേകം കൊണ്ടുവരും. ഡൽഹിയിൽ ഡോഗ്‌സ്റ്റോറുകൾ ധാരാളമുണ്ടെന്ന് മനോഹരൻ ഒരിക്കൽ പറഞ്ഞു. പട്ടികൾക്ക് കോട്ടുകളും തൊപ്പികളും സെറ്ററുകളും ഡൽഹിയിൽനിന്ന് വാങ്ങാൻ കിട്ടും. പട്ടികളുടെ ഷൂസിന് ആയിരം രൂപയാണു വില. ഷൂസും കോട്ടും തൊപ്പിയും ധരിച്ച് പുറത്തിറങ്ങിയ മനോഹരനെ പെൺപട്ടികൾ ആരാധനയോടെ നോക്കിനിന്ന കഥ മനോഹരൻ ഒരിക്കൽ പറഞ്ഞിട്ടുണ്ട്. പക്ഷേ, ഒരു കാര്യത്തിൽ ഞാൻ അവനേക്കാൾ ഭാഗ്യവതിയാണ്. എനിക്ക് എവിടെപ്പോവാനും സ്വാതന്ത്ര്യമുണ്ട്. ആളുകൾ എറിയുമെങ്കിലും സ്വാതന്ത്ര്യത്തിന് ഒരു സുഖമുണ്ട്. മനോഹരൻ കിട്ടുന്നതു കഴിച്ചുകൊണ്ട് എന്നും കൂട്ടിൽ ജീവിക്കണം. കൂട് സ്വർണ്ണമാണെങ്കിലും ബന്ധനം ബന്ധനം തന്നെയാണ്.

പഞ്ചായത്തിൽനിന്നും പട്ടിപിടുത്തക്കാർ ഇറങ്ങിയ ദിവസം ചന്ദ്രൻസാറിന്റെ വിറകുപുരയിൽ ഞാൻ ക്ഷമയോടെ കഴിച്ചുകൂട്ടി. ഇടയ്ക്ക്, ചന്ദ്രൻസാറിന്റെ അടുക്കളയുടെ വടക്കുഭാഗത്ത് എന്തെങ്കിലുമുണ്ടോ എന്ന് പരിശോധിച്ചു. പഴുത്ത വരിക്കച്ചക്കയുടെ ചവുണിയും മടലും കിടക്കുന്നതുകണ്ടു. മടലുമാന്തി കുറെ ചവുണി അകത്താക്കി. മുറ്റത്തിരുന്ന ചിരട്ടയിൽനിന്നും വെള്ളം കുടിച്ചു. വീണ്ടും തൊഴുത്തിലേക്ക് പോയി.

പട്ടി പിടുത്തക്കാർ കൂടുതലും ആൺപട്ടിയെയാണ് കരുക്കിലാക്കുന്നത്. മനുഷ്യരെപ്പോലെ അലഞ്ഞു തിരിയുന്നവർ മിക്കവരും ആൺപട്ടികളാണ്. കുത്തിവെച്ച് കൊല്ലും. എല്ലാം മനുഷ്യരുടെ സുഖത്തിനു വേണ്ടി. എല്ലാവർക്കും സ്വന്തം സുഖംമാത്രം. മറ്റുള്ളവരുടെ വേദനമാറ്റാൻ ശ്രമിച്ച ഒരു ആളുണ്ട്. മഹാത്മാഗാന്ധിയെന്നാണ് അദ്ദേഹത്തിന്റെ പേര്. ആരും ഇപ്പോൾ അദ്ദേഹത്തെ ഓർക്കുന്നില്ല. സ്വന്തം കീശ വീർപ്പിക്കുന്ന തിരക്കിനിടയിൽ ഒക്ടോബർ രണ്ട് ആരും അറിയാതെ കടന്നുപോകുന്നു. മാനവസേവ മാധവസേവ എന്ന മഹത്തായ ആശയമാണ് ഞങ്ങളുടെ മുദ്രാവാക്യം. ദുഃഖങ്ങൾക്കിടയിലും ഞങ്ങൾ മനുഷ്യരെ സ്നേഹിക്കുന്നു.

രാത്രി അധികം ഇരുട്ടുന്നതിനുമുമ്പ് ഞാൻ കുട്ടികളുടെ സമീപത്തുനിന്നും പുറത്തിറങ്ങി. ചന്ദ്രൻസാറിന്റെ അടുക്കളയുടെ ഭാഗത്തുനിന്നും ഒന്നും കിട്ടാത്തതുകൊണ്ട് ഞാൻ തൊട്ടടുത്ത വീട്ടിലേക്കു പോയി. ലതച്ചേച്ചി തിണ്ണയിലിരുന്ന് കരയുന്നത് കണ്ടിട്ടാണ് ഞാൻ പോയത്. കവിത മോൾ സന്ധ്യയായിട്ടും വീട്ടിലെത്തിയില്ല. ഒൻപതാം ക്ലാസിൽ പഠിക്കുന്ന കുട്ടി എവിടെപ്പോകാനാണ്. അടുത്ത വീട്ടിൽനിന്നും തിന്നാൻ ഒന്നും കിട്ടിയില്ല. ഇപ്പോൾ മിക്കവീടുകളിലും പുതിയരീതിയാണ്. മിച്ചം വരുന്ന

ആഹാരം ഒരു പ്ലാസ്റ്റിക് കൂടിലാക്കി രാത്രിയിൽ എവിടെയെങ്കിലും എറിയുക. മാലിന്യം തള്ളുന്നവരെ തിരിച്ചറിയാൻ തിരുവനന്തപുരത്ത് ക്യാമറകൾ വച്ചിട്ടുണ്ടെന്ന് പറയുന്നതു കേട്ടു. മാലിന്യസംസ്കരണം നേരേ ചൊവ്വേ നടത്താതെ ഉത്തരവാദിത്വത്തിൽനിന്നും ഒഴിഞ്ഞുമാറുന്ന ഉദ്യോഗസ്ഥരെ വിചാരണ ചെയ്യാതെ ജയിലിലടയ്ക്കണം. ഇങ്ങനെ പോയാൽ വരുംകാലത്ത് അലഞ്ഞുതിരിയുന്ന ഞങ്ങൾക്ക് ആഹാരം കിട്ടാൻ ഒരു വഴിയുമില്ല. മൊബൈൽ വന്നതിനുശേഷം വാച്ച് റിപ്പയർ ചെയ്യുന്നവർക്ക് ജോലി കുറഞ്ഞു. ടി വി വന്നതിനുശേഷം തീയേറ്ററുകൾ ഗോഡൗണായി. മാറ്റങ്ങൾ നല്ലതോ ചീത്തയോ എന്ന് പ്രവചിക്കാൻ പ്രയാസം. അനാവശ്യ കാര്യങ്ങളിൽ ജിജ്ഞാസ കാണിക്കരുതെന്ന് എനിക്കറിയാം. ഉന്നതമായ കാര്യങ്ങൾ അറിയാതിരിക്കുകയാണ് ബുദ്ധി. അടുക്കളയുടെ ഭാഗത്ത് കുറെനേരം കാത്തുനിന്നിട്ടും ആരും വാതിൽ തുറന്നില്ല. വീണ്ടും പലയിടത്തും കറങ്ങി. അവസാനം ചന്ദ്രൻസാറിന്റെ വീട്ടിലെത്തി. കവിതമോൾ വീട്ടിൽ ഇല്ലായിരുന്നു. ലതച്ചേച്ചി തിണ്ണയിലിരിപ്പുണ്ട്. ശബ്ദമുണ്ടാക്കാതെ കരയുന്നുണ്ട്. ഞാൻ തൊഴുത്തിന് സമീപമെത്തി. വിറക് ഇളകിക്കിടക്കുന്നു. എന്റെ ഉള്ളിൽക്കൂടി ഒരു കൊള്ളിമീൻ പാഞ്ഞു. ഞാൻ കുഴിയുടെ അടുത്തെത്തി. ദൈവമേ, എന്റെ പൊന്നോമനകൾ ആ കുഴിയിൽ ഉണ്ടായിരുന്നില്ല. അവരുടെ കണ്ണുതെളിഞ്ഞിട്ടില്ലല്ലോ, പുറംലോകം കണ്ട് രക്ഷപ്പെടാൻ അവർക്കാവില്ലല്ലോ എന്നൊക്കെ വേവലാതിപ്പെട്ടു ഞാൻ ഉറക്കെ കുരച്ചു. സർവ്വശക്തിയും സംഭരിച്ച് ഞാൻ മോങ്ങി. എന്റെ ശബ്ദം പുറത്തേക്കു തെറിച്ചു. ഇത്രനാളും വളരെ ശ്രദ്ധയോടെ സംരക്ഷിച്ച എന്റെ മക്കളെ ഓർത്ത് ഞാൻ വിങ്ങിപ്പൊട്ടി. എന്റെ മക്കളെ ചാക്കിലാക്കി എവിടെയെങ്കിലും ഉപേക്ഷിക്കാൻ ചന്ദ്രൻസാർ പോയതായിരിക്കുമെന്ന് ഞാൻ ഊഹിച്ചു. എന്റെ ഊഹം തെറ്റിയില്ല. അപ്പോഴേക്കും ചന്ദ്രൻസാറും കവിതയും എത്തി. ചന്ദ്രൻസാറിന്റെ കൈയിൽ ചാക്ക്. കവിതയുടെ കൈവശം ടോർച്ച്. ചന്ദ്രൻസാറിനെ കണ്ടമാത്രയിൽ ഞാൻ അയാളുടെ സമീപത്തേക്ക് ഓടിച്ചെന്ന് കടിക്കാൻ ശ്രമിച്ചു. അയാൾ ഒരു വലിയ കല്ലെടുത്ത് പോ പട്ടീ എന്ന് ഭയത്തോടെ പറഞ്ഞുകൊണ്ട് എന്നെ എറിഞ്ഞു. ശക്തിയായ ഏറ് എന്റെ ശരീരത്തിൽ പതിച്ചു. വേദനതോന്നിയെങ്കിലും എല്ലാം മറന്ന് ഞാൻ അയാളുടെ നേരേചാടി. ചന്ദ്രൻസാർ ഓടി പുരയ്ക്കുള്ളിൽ കയറി. കവിതമോൾ എന്തോ ചിന്തിച്ചുകൊണ്ട് സാവധാനം അകത്തേക്കു കയറി. ഞാൻ നിരന്തരം കരഞ്ഞുകൊണ്ടിരുന്നു. എന്റെ രോദനം രാത്രിയുടെ നിശ്ശബ്ദതയിൽ ഒരു ചാട്ടുളിപോലെ പാഞ്ഞുകയറി. മുറ്റത്തുകിടന്ന ചന്ദ്രൻ സാറിന്റെ ചെരുപ്പുകൾ ഞാൻ കടിച്ചുകീറി. അയയിൽ ഉണങ്ങാനിട്ടിരുന്ന അയാളുടെ കുപ്പായം അവലുപോലെ ചെറുതാക്കി നുറുക്കി തറയിൽ വിതറി. കിളിച്ചുണ്ടൻ മാവിൽ കെട്ടിയിരുന്ന ഊഞ്ഞാൽ കടിച്ചുപൊട്ടിച്ചു. കവിതയുടെ ഫ്രോക്കും കിന്നരിവച്ച ചെരുപ്പും ഞാൻ നശിപ്പിച്ചു. ചന്ദ്രൻസാറിന്റെ മുറ്റത്തും തൊഴു

ത്തിനു ചുറ്റിലും ഒരു ഭ്രാന്തിയെപ്പോലെ ഞാൻ ഓടിനടന്നു. എന്റെ മക്കളുടെ നേരിയ ഞരക്കം കേൾക്കാൻ ഞാൻ കാതു കൂർപ്പിച്ചു. എന്റെ കണ്ണുവിരിയാത്ത കുട്ടികൾ ഇപ്പോൾ വിശന്ന് വലഞ്ഞു കരയുന്നുണ്ടാവും. അതോ....

നൂറുമീറ്റർ അപ്പുറത്ത് ഒരു വലിയ തോടുണ്ട്. ആളുകൾ കുളിക്കുകയും തുണി അലക്കുകയും ചെയ്യുന്ന ഒരു കടവുണ്ട്. കടവിനപ്പുറം വിശാലമായ തെങ്ങിൻ തോപ്പാണ്. കുട്ടികളെ തോട്ടിലെ വെള്ളത്തിൽ തട്ടാനുള്ള ചങ്കുറപ്പൊന്നും ചന്ദ്രൻസാറിനില്ല എന്ന് ഞാൻ ഉറപ്പിച്ചു. തോടിന്റെ രണ്ടുകരയും വിജനമാണ്. ചാക്കിലാക്കി തോട്ടിൻകരയിലെ തെങ്ങിൻചുവട്ടിൽ എന്റെ കുഞ്ഞുങ്ങളെ ഇറക്കിവിട്ടിരിക്കും. കണ്ണുകാണാതെ ഇഴഞ്ഞിഴഞ്ഞ് അവർ വെള്ളത്തിൽ വീണിട്ടുണ്ടാവും. വെള്ളത്തോടൊത്ത് ഒഴുകി താഴ്ന്നിട്ടുണ്ടാവും. യാത്രയ്ക്കിടയിൽ മരണത്തെ പുല്കിയിട്ടുണ്ടാവും. ഓർത്തു നോക്കിയപ്പോൾ ഭ്രാന്ത് പിടിച്ചതുപോലെ ഞാൻ നിർത്താതെ മോങ്ങി. വഴിയിൽ കണ്ടതൊക്കെ കടിച്ചുപൊട്ടിച്ചു. ചന്ദ്രൻസാറിന്റെ പറമ്പിലെ തേനീച്ചക്കൂടുകൾ ഞാൻ തള്ളിയിട്ടു. എന്നിട്ട്, തോടിന്റെ കരയിലേക്ക് ഓടി. മനുഷ്യർ എത്രക്രൂരന്മാരാണ്. ഞാൻ ഓർത്തു ദൈവത്തിന് പറ്റിയ വലിയ തെറ്റാണ് മനുഷ്യർ. വഴിയരുകിൽ പൂത്തുനിന്ന വേലിപ്പരുത്തിപ്പൂക്കളെ നോക്കി ഞാൻ നെടുവീർപ്പിട്ടു. പൂക്കൾക്കെന്തറിയാം? ദിവസവും പൂക്കുന്നു, കായുണ്ടാവുന്നു. കായിൽനിന്നും വീണ്ടും ചെടികളുണ്ടാവുന്നു. മനുഷ്യർ കോതിക്കളഞ്ഞാലും വീണ്ടും മുളയ്ക്കുന്നു. ഞാൻ തോടിന്റെ കരയിലെത്തി. ചന്ദനനിറമുള്ള എന്റെ നാലുപൊന്നോമനകൾ എവിടെയാണ്? എന്തോ ഒന്ന് വെള്ളത്തിൽ പൊങ്ങിക്കിടക്കുന്നു. സൂക്ഷിച്ചുനോക്കിയപ്പോൾ അതൊരു തടിക്കഷണമാണെന്ന് മനസ്സിലായി. മക്കളുടെ ശബ്ദത്തിനായി ഞാൻ ചെവികൂർപ്പിച്ചു. ഇല്ല, ഒരു ശബ്ദവുമില്ല. അപ്പോൾ മഴ ചെറുതായി ചാറാൻ തുടങ്ങി. മഴത്തുള്ളി വെള്ളത്തിൽവീണ് ചെറുകുമിളകൾ രൂപംകൊണ്ടിട്ടു പെട്ടെന്ന് ഇല്ലാതായി. മഴ, വന്നതുപോലെ തിരിച്ചുപോയി. തോടിന്റെ കരയിലെ പൊന്തക്കാടുകൾ അനങ്ങുന്നതുപോലെ എനിക്കു തോന്നി. മഴ ചാറിയപ്പോൾ ചലിച്ചതായിരിക്കും. ഓടി പൊന്തക്കാടിനുള്ളിൽ കയറി. കാട്ടുവേലിപ്പരുത്തിയും തൊട്ടാവാടിയും കെട്ടുപിണഞ്ഞ് കിടക്കുന്നതിനിടയിൽക്കൂടി ഞാൻ ഉള്ളിലേക്കു നോക്കി. തോട്ടിലേക്കു ചാഞ്ഞുകിടക്കുന്ന വേലിപ്പരുത്തിയുടെ ചെറിയ തണ്ടിൽ എന്റെ ഒരു കുഞ്ഞ് തോട്ടിലേക്ക് തൂങ്ങിക്കിടക്കുന്നു. ഉള്ളിൽ ഒരു കർപ്പൂരദീപം കത്തിച്ച് ഞാൻ പ്രാർത്ഥിച്ചു. അവനെയെങ്കിലും എനിക്കു തരണേ അയ്യപ്പാ? ചരിഞ്ഞ സ്ഥലത്ത് കാലെടുത്തുവച്ചപ്പോൾ വേലിപ്പരുത്തി ഒന്നനങ്ങി. കമ്പോടുകൂടി എന്റെ കുഞ്ഞ് തോട്ടിലെ വെള്ളത്തിൽ വീണ് ഒഴുകി.

അതെ, ഞാൻ ഒറ്റയ്ക്കായി. എന്നെ സഹായിക്കാൻ ആരുമില്ല.

കോസ്റ്റ്ഗാർഡോ, നേവിയോ, മുങ്ങൽ വിദഗ്ദ്ധരോ ആരുമില്ല. ഒരർത്ഥത്തിൽ എന്നെ സംബന്ധിച്ചിടത്തോളം ഇതൊരു ചരിത്രപ്രധാനമായ ദിവസമാണ്. കണ്ണുവിരിഞ്ഞിട്ടില്ലാത്ത ആ എന്റെ മക്കളെ നഷ്ടപ്പെട്ട ദിവസം. പാല് നിറഞ്ഞ എന്റെ മുലകൾ വിങ്ങുന്നുണ്ട്. ആരല്പം പാല് പിഴിഞ്ഞുകളയും? ഞങ്ങൾക്ക് കൈകളില്ലല്ലോ! ആരും സഹായിക്കാനില്ല. എന്റെ അന്ത്യം അടുത്തെത്തിയതായി എനിക്ക് തോന്നി. എനിക്ക് ആരോടും യാത്രചോദിക്കാനില്ല. എനിക്കു കുടുംബമില്ല, ഭർത്താവില്ല, ബന്ധുക്കളില്ല. ഞങ്ങൾക്ക് താലികെട്ടോ കല്യാണമോ ഇല്ല.

ഞാൻ സാവധാനമാണ് നടന്നത്. എന്റെ കാലുകളിൽ വേഗമില്ലായ്മയുടെ കത്രികപ്പൂട്ടിട്ട് ആരോ നിയന്ത്രിച്ചതുപോലെ. വയറ്റിൽ തീക്കാറ്റ് അടിക്കുന്നുണ്ടായിരുന്നു. എന്തെങ്കിലും ഉള്ളിൽ ചെന്നിട്ട് രണ്ടു ദിവസമായി. വേദനമൂലം വിശപ്പില്ലായിരുന്നു. വഴിയരികിൽ ഒരു ഓലപ്പുരകണ്ടു. ഓലപ്പുരയുടെ മുന്നിൽ ദ്വാരപാലകരെപ്പോലെ രണ്ടു കൊന്നത്തെങ്ങുകൾ ആകാശത്തേക്കുയർന്നു നില്ക്കുന്നു. ആകാശം വിജനമായിരുന്നു. നക്ഷത്രങ്ങളോ ചന്ദ്രനോ ഉണ്ടായിരുന്നില്ല. തെങ്ങിൻചുവട്ടിലെ ഉണങ്ങിയ ഓലകൾക്കു മുകളിൽ ഒരു അലൂമിനിയം കലം കണ്ടു. പാവപ്പെട്ടവരുടെ വീടായതുകൊണ്ട് കലത്തിൽ എന്തെങ്കിലും കാണുമെന്ന് ഞാൻ ആശിച്ചു. സൂക്ഷിച്ചു നോക്കിയപ്പോൾ രണ്ടുമൂന്ന് മരച്ചീനി കഷണങ്ങൾ വെള്ളത്തിൽ കിടക്കുന്നതുകണ്ടു. നെത്തോലിക്കൂട്ടാന്റെ മണം എന്റെ മൂക്ക് പിടിച്ചെടുത്തു. എനിക്ക് ആവേശം തോന്നി. അലൂമിനിയം കലത്തിന്റെ ഇടുങ്ങിയ വായിൽക്കൂടി തല ബലം പ്രയോഗിച്ച് ഉള്ളിലേക്ക് കടത്തി. രണ്ടുകഷണം കപ്പയും നെത്തോലിക്കൂട്ടാനും കഴിച്ചിട്ട് തല ഉയർത്തിയപ്പോൾ അലൂമിനിയംപാത്രം മുകളിലേക്കുയർന്നു. തല പാത്രത്തിൽനിന്നും പുറത്തെടുക്കാൻ കഴിയുന്നില്ല. തലപാത്രത്തിനുള്ളിൽ കുടുങ്ങിക്കിടപ്പാണ്. മണ്ണെണ്ണ വിളക്കുമായി ഒരു സ്ത്രീ കുടിലിൽനിന്നും പുറത്തിറങ്ങി എന്റെ സമീപം വന്നു. കലം ഉയർത്തിപ്പിടിച്ചു നില്ക്കുന്ന എന്നെ കണ്ടിട്ടു സ്ത്രീ അകത്തേക്കുപോയി. ഒരു പുരുഷനുമായി തിരിച്ചുവന്നത് ശബ്ദത്തിൽനിന്നും ഞാൻ മനസ്സിലാക്കി. പട്ടിയുടെ ഉടലും അലൂമിനിയം കലത്തിന്റെ തലയുമായി നില്ക്കുന്ന വിചിത്രജന്തുവിനെ അയാൾ വടിയെടുത്ത് മാരകമായി അടിച്ചു. വേദനമൂലം ഞാൻ മുന്നോട്ടു ചലിച്ചു. അയാൾ വീണ്ടും തല്ലി. ഞാൻ കലവുമായി തെങ്ങിൻ ചുവട്ടിൽ തെറിച്ചുവീണു. ഒന്നും കാണാൻകഴിയാത്ത അവസ്ഥ. കണ്ണുവിരിയാത്ത എന്റെ മക്കളെപ്പോലെയായി ഞാനും. ഒന്നും കാണാൻ കഴിഞ്ഞില്ല. എന്തു സംഭവിച്ചാലും കലം കൊണ്ടുപോകാതെ നോക്കണമെന്ന് ആരോ പറയുന്നതുകേട്ടു. ഞാൻ മോങ്ങിയെങ്കിലും ശബ്ദം പുറത്തുവന്നില്ല. 'കലം ഇവിടെ ഇട്ടേച്ചു പോടാ പട്ടീ' എന്ന് ഒരാൾ വിളിച്ചുപറഞ്ഞു. ഇടവഴിയേതാണ്, തോട് ഏതാണ് എന്ന് തിരിച്ചറിയാതെ ഞാൻ തലയിൽ കലവുമായി മുന്നോട്ടു ഓടി. കല്ലുകൾ എന്റെ ശരീരത്തിൽ പതിച്ചു. രക്ഷ

പ്പെടാൻ ഒരു മാർഗ്ഗമേയുള്ളൂ. തോടിന്റെ കരയിലൂടെയാണ് ഞാൻ ഓടുന്നതെന്ന് എനിക്കു മനസ്സിലായി. ഞാൻ തോടിന്റെ ചരിവിലേക്കിറങ്ങി. തലയിൽ കലം മുറുകുമ്പോൾ, കല്ലുകൾ തുരുതുരെ എന്റെ ശരീരത്തിൽ പതിക്കുമ്പോൾ ഞാൻ തോട്ടിലേക്ക് ചാടി. വെള്ളത്തിൽ തുഴഞ്ഞു നിന്നെങ്കിലും കലത്തിനുള്ളിൽ കയറിയ വെള്ളം എന്നെയും വലിച്ചുകൊണ്ട് താഴേക്ക് നീങ്ങി.

10

ഗന്ധരാജന്റെ ഇലകൾ

ഇന്ന് ഗീതയുടെ വിവാഹമാണ്. പതിനൊന്നിനും പന്ത്രണ്ടിനുമിടയ്ക്കാണ് മുഹൂർത്തം. ബന്ധുക്കളൊക്കെ തലേദിവസം തന്നെ വന്നതിൽ ഇന്ദിരയ്ക്ക് സന്തോഷം തോന്നി. എങ്കിലും അവൾ വല്ലാതെ വേവലാതി പൂണ്ടു. തൂവലുകൾ കൊഴിഞ്ഞ ഒരു പക്ഷിയെപ്പോലെ വീടിന്റെ പിറകിലെ ഭിത്തിയിൽ ചാരിനിന്ന് അവൾ എന്തൊക്കെയോ ആലോചിച്ചുകൊണ്ടിരുന്നു. അച്ഛനില്ലാതെ മകളുടെ വിവാഹം നടക്കുമ്പോൾ അമ്മയ്ക്കുണ്ടാകുന്ന വിങ്ങൽ മാത്രമാണോ തന്റെ ദുഃഖത്തിനു കാരണം? അതുമാത്രമല്ലല്ലോ! ഏകാന്തമായ ഒരു തുരുത്തിൽ അകപ്പെട്ടതുപോലെ അവൾക്കു തോന്നി.

കഴിഞ്ഞ ദിവസം രാത്രിയിൽ മുറ്റത്തുനിന്ന ഗന്ധരാജൻ ചെടി ഒരു ചെറിയ കാറ്റിൽ കിരുകിരാ ശബ്ദത്തോടെ നിലം പൊത്തി. തൊട്ടടുത്ത് ഉറങ്ങുകയായിരുന്ന ശ്യാമളേച്ചിയെ ഉണർത്താതെ അവൾ മുറ്റത്തിറങ്ങി നോക്കി. നേരിയ നിലാവിൽ മരം മണ്ണിൽ ഒടിഞ്ഞു കിടക്കുന്നതുകണ്ടു. തടി മുഴുവൻ കേടായിരുന്നു. ഗന്ധരാജന്റെ തടി ഉള്ളിൽ നീറി ഇല്ലാതായി. ഉള്ളിൽ കറുത്ത ഉറുമ്പുകൾ കൂടുകെട്ടിയിരുന്നു. മരത്തിന്റെ ഉള്ളിൽനിന്നും ആയിരക്കണക്കിന് ഉറുമ്പുകൾ മുറ്റത്തുകൂടി അലഞ്ഞു തിരിയുന്നതു കണ്ടു. അപ്പോഴും ചെടിയിൽ നിറയെ പൂക്കളുണ്ടായിരുന്നു. വിരിഞ്ഞുനിന്ന വെളുത്ത പൂക്കൾ മണ്ണിനോട് ചേർന്നുകിടക്കുന്നതു കണ്ടപ്പോൾ അവൾക്കു വിഷമം തോന്നി. തടി ദ്രവിച്ചെങ്കിലും അതൊന്നുമറിയാതെ ദിവസവും പൂക്കൾ വിരിഞ്ഞു. ഉള്ളിൽ നടന്ന ദുരന്തം പൂക്കൾക്ക് അറിയാൻ കഴിയില്ലല്ലോ! ഗീതയുടെ പ്രായമായിരുന്നു ഗന്ധരാജൻചെടിക്കും. നടക്കാൻ തുടങ്ങിയപ്പോൾ അവളുടെ കൂട്ടുകാരനായിരുന്നു ആ ചെടി. ചെടിയുടെ തണലിലിരുന്നു അവൾ അടുക്കള കളിച്ചു. അരിയും

കറിയും വച്ചു. ഗന്ധരാജന്റെ ഇലകൾ പൊട്ടിച്ച് വെള്ളത്തിലിട്ട് കറിവച്ചു. വാഴവള്ളികൊണ്ടു ത്രാസ്കെട്ടി ചിരട്ടവച്ച് പലചരക്ക് കട കളിച്ചു. ഇലപ്പടർപ്പുകളിൽ മുഖം മറച്ച് ഇന്ദിരയെ പേടിപ്പിച്ചു. വെള്ളിക്കൊലുസിട്ട വെളുത്തകാലുകൾ ചെടിയുടെ തണ്ടിൽക്കൂടി നടന്ന് മുകളിലെത്തി. താഴെ ഇറങ്ങി അച്ഛനും അമ്മയും കളിച്ചു. ഇന്ദിര കുറെ നേരം ചെടിയുടെ സമീപം നിന്നു. വെട്ടിമാറ്റിയാൽ എന്നെന്നേക്കുമായി നഷ്ടപ്പെടും. ഭൂമിയിൽ കിടക്കാൻ അനുവദിച്ചാൽ ഒരുപക്ഷേ, പൊട്ടിക്കിളിച്ച് വീണ്ടും പൂക്കൾ വിരിയിച്ചാലോ? അവൾ മുറിക്കുള്ളിൽ കയറി ശ്യാമളേച്ചിയെ ഉണർത്താതെ അവരുടെ സമീപം കിടന്നു.

ശ്യാമളേച്ചി നേരത്തേ എത്തിയതുകൊണ്ടു അവൾക്ക് ഒരല്പം ആശ്വാസം തോന്നി. പണ്ട്, സ്കൂളിൽ പഠിക്കുമ്പോൾ കഥകൾ പറഞ്ഞും വീട്ടുകാര്യങ്ങൾ സംസാരിച്ചും ഉറങ്ങാതെകിടക്കും. ഒരേ പായിൽ കെട്ടിപ്പിടിച്ചു കിടക്കും. ശ്യാമളേച്ചിക്ക് കല്യാണം ആലോചിച്ചപ്പോൾ അവൾ അമ്മയോട് ദേഷ്യപ്പെട്ടു. ശ്യാമളേച്ചിയുടെ കല്യാണം കഴിഞ്ഞാൽ പിന്നെ എനിക്കാരാ. ഞാനാരുടെ കൂടെ കിടക്കും? അവൾ ചോദിച്ചു. നിന്റെ കൂടെ കിടക്കാൻ ഒരാളെ താമസിയാതെ കണ്ടുപിടിക്കും. അമ്മയുടെ ഉത്തരത്തിലെ ദുഃസൂചന അവളെ പേടിപ്പിച്ചു. ഒന്നുകിൽ ചേച്ചിയുടെ കൂടെ എന്നെയും അയയ്ക്കണം. അല്ലെങ്കിൽ ചേച്ചി ഇവിടെ സ്ഥിരമായി താമസിക്കണം. ശ്യാമളേച്ചിയെ കടത്തിക്കൊണ്ടു പോകാൻ വന്ന വിദേശിയെ അവൾ വെറുത്തു. അവസാനം ശ്യാമളേച്ചി പോയി. ഭർത്താവിനോടൊത്ത്. ശ്യാമളേച്ചി ഇപ്പോൾ ഹൈദ്രാബാദിലാണ്. മെയ്ദി പട്ടണമെന്ന സ്ഥലത്ത് ഒരു ഫ്ളാറ്റിൽ. ഹൈദ്രാബാദിലേക്ക് ചെല്ലാൻ പല പ്രാവശ്യം ചേച്ചി വിളിച്ചതാണ്. ഗീതയുടെ പഠിത്തം കഴിയട്ടെ എന്നു പറഞ്ഞു. ഇനിയും സാധിക്കുമെന്ന് തോന്നുന്നില്ല.

“നീ ഒന്നു കൊണ്ടും വിഷമിക്കരുത്” ഉറങ്ങാൻ കിടക്കുമ്പോൾ ശ്യാമളേച്ചി പറഞ്ഞു. “ഓരോരുത്തർക്ക് ഓരോന്നുപറഞ്ഞിട്ടുണ്ട്. അതൊക്കെ നേരത്തെ തീരുമാനിച്ചതാണ്. അച്ഛന്മാരില്ലാത്ത എത്രയോ പെൺകുട്ടികളുടെ വിവാഹം നടക്കുന്നു. ധൈര്യം കൈവിടാതിരുന്നാൽ മതി. നീ ദുഃഖിക്കുന്നതുകണ്ടാൽ ഗീത തളരും. അവൾക്കു ബലം കൊടുക്കേണ്ടതു നീയാ. അതു മറക്കണ്ട”

“ഒക്കെ ശരിയാ” ഇന്ദിര തിരിഞ്ഞുകിടന്നു “ എനിക്കു താങ്ങാൻ പറ്റുന്നില്ലാ”

“ഗീതയുടെ അച്ഛൻ ജീവിച്ചിരിപ്പില്ലല്ലോ”

“എനിക്കു ജീവിച്ചിരിക്കുന്ന ഒരു ഭർത്താവുണ്ടല്ലോ. കൈ പിടിച്ചു കൊടുക്കാനെങ്കിലും വരാമായിരുന്നു”.

“നീ വിളിച്ചില്ലേ?”

“വിളിച്ചു. വരാൻ പറ്റില്ലാന്നു തറപ്പിച്ചു പറഞ്ഞു”

“എന്താ കാര്യമെന്നു ചോദിച്ചില്ലേ?”

“ചോദിച്ചു. ന്യായങ്ങൾ നിരത്താൻ ഒരുപാടുണ്ടല്ലോ”

"ഇനി വന്നാലും വേണ്ട" ശ്യാമളേച്ചി തറപ്പിച്ചു പറഞ്ഞു.

"ആരെക്കൊണ്ടെങ്കിലും കൈപിടിച്ചു കൊടുക്കാം"

"ആരെക്കൊണ്ട്?"

"ആരെങ്കിലും"

അഞ്ചുമണിയോടെ ഇന്ദിരയും ശ്യാമളേച്ചിയും എഴുന്നേറ്റു. ഗീതയുടെ മുറിയിൽ വെളിച്ചമുണ്ട്. അവൾ നേരത്തേ ഉണർന്നു കാണും.

വീടിന്റെ മുൻവശത്തു ആരോ സംസാരിക്കുന്നതു കേട്ടു. മേയ്ക്കപ്പ് ചെയ്യാനെത്തിയ മിനിയാണ്. കൂടെ ഒരു കുട്ടിയുമുണ്ട്. ഗീതയെ വിളിച്ചുണർത്തിയിട്ടു ഇന്ദിര മുറ്റത്തെ ഗന്ധരാജനിലേക്കു വീണ്ടും നോക്കി. ഇലകൾക്കു വാട്ടം തട്ടിയിട്ടുണ്ട്.

"നീയെന്താ, ഇങ്ങനെ?" ധൃതിയിൽ നടന്നുകൊണ്ടു ശ്യാമളേച്ചി ചോദിച്ചു, "ആ ചെടി മുറ്റത്തുനിന്നും വെട്ടിമാറ്റണ്ടേ. ആളുകൾക്ക് അസൗകര്യമാ". "വേണ്ട" ഇന്ദിരപറഞ്ഞു. " അതിനീം വീണ്ടും പൊട്ടിക്കിളിർത്താലോ"

"ഒടിഞ്ഞു വീണ മരം വെട്ടിമാറ്റണം. അതാ ശരി".

അവളൊന്നും പറഞ്ഞില്ല.

"ഒരു മണിക്കൂറിനുള്ളിൽ ഇവിടെനിന്നും ഇറങ്ങണം. താമസിച്ചാൽ എല്ലാം തെറ്റും. ഞാനിവിടെ വന്നതിനു ശേഷം നിന്റെ മുഖം തെളിഞ്ഞിട്ടില്ല. ഏക മകളുടെ വിവാഹമാണ്. എല്ലാറ്റിനും ഒരു പരിധിയുണ്ട്".

ഇന്ദിര മുറിക്കകത്തേക്കു പോയി.

ശേഖരേട്ടൻ മരിച്ചതറിഞ്ഞ് അനിയൻ ജോലിസ്ഥലത്തുനിന്നും വന്നു. ഇത്ര ചെറുപ്പത്തിൽ ശേഖരേട്ടൻ യാത്ര പറഞ്ഞു പോകുമെന്ന് ഇന്ദിര സ്വപ്നത്തിൽപോലും വിചാരിച്ചില്ല. കണ്ടുകൊണ്ടിരുന്ന ഒരാളെ പെട്ടെന്ന് ഒരു ദിവസം കാണാതാവുക. വിശ്വസിക്കാൻ കഴിഞ്ഞില്ല. ജീവിച്ചു കൊതിതീരുന്നതിനുമുമ്പേ... അനിയന് ശേഖരേട്ടന്റെ അതേ നിറം, അതേ രൂപം. പക്ഷേ, മൂന്നിഞ്ച് നീളം കുറവ്. അനുജൻ എന്നതിൽ കവിഞ്ഞ് മറ്റൊരു ചിന്തയും മനസ്സിലുണ്ടായിരുന്നില്ല. ഒരു ദിവസം ശേഖരേട്ടന്റെ അമ്മ അവളുടെ സമീപം ചെന്നു.

"നീ ചെറുപ്പമാ" അമ്മ പറഞ്ഞു. "നിന്റെ ജീവിതം ഇനീം ഒരുപാടു ബാക്കി കിടക്കുന്നു. സുധാകരന്റെ ജോലിസ്ഥലത്ത് പല കല്യാണാലോചനകളും നടക്കുന്നുണ്ട്. നിന്റെ കാര്യം ഞാൻ അവനോടു പറഞ്ഞു. എന്റെ നിർബ്ബന്ധം കൊണ്ട് അവൻ സമ്മതിച്ചു. നിന്റെ അഭിപ്രായം അറിയണം. ഗീതയെ അവൻ പൊന്നുപോലെ നോക്കിക്കൊള്ളും. നീ എന്റെ മോളുതന്നാ. ഇപ്പോ ഉത്തരമൊന്നുംപറയണ്ടാ. ആലോചിച്ചിട്ടുമതി, നിരസിക്കരുത്. എല്ലാം നല്ലതിനാണെന്ന് വിചാരിക്ക്".

അനിയനിൽനിന്നും ഭർത്താവിലേക്കുള്ള രൂപമാറ്റം പെട്ടെന്നു നടന്നില്ല. അവസാനം സമ്മതിച്ചു.

ഗീതയ്ക്കു വിവാഹ വസ്ത്രങ്ങൾ എടുക്കാൻ എറണാകുളത്തുപോകണം. സുധാകരനെ വിളിച്ചു. ജോലിസ്ഥലത്തുനിന്നു വന്നപ്പോൾ കൂടെ

ഒരു ചെമ്പൻമുടിക്കാരി സുധാകരന്റെ കൂടെ ഉണ്ടായിരുന്നു. അവളെ കണ്ട പ്പോൾ കണ്ണിൽ കനലെരിഞ്ഞു. അവർ ഭാര്യാഭർത്താക്കന്മാരെപ്പോലെ യാണ് പെരുമാറിയത്. ആരാണെന്നും എവിടെനിന്നാണെന്നും ചോദിച്ചില്ല. സുധാകരന് ജോലിസ്ഥലത്തു മറ്റൊരു ഭാര്യയുണ്ടെന്നുള്ള വിവരം വൈകി യാണ് അറിഞ്ഞത്. നാട്ടിൽ വരുമ്പോൾ ഇന്ദിര, ജോലിസ്ഥലത്തു ചെമ്പൻമുടിക്കാരി. പേരറിയില്ല. യശോദേ എന്ന് സുധാകരൻ വിളിക്കു ന്നതു കേട്ടു. സംഭവിച്ചത് മണ്ടത്തരം. എല്ലാം തലയിലെഴുത്ത്.

"മുഹൂർത്തം എപ്പോഴാ" മതിലകത്തെ മണിച്ചേച്ചിയാണ്.

"പതിനൊന്നുമണികഴിഞ്ഞ്"

"സുധാകരൻ വരുമോ!"

"ഇല്ല"

"കൈ പിടിച്ചു കൊടുക്കുന്നതാരാ. ശ്യാമളയുടെ ഭർത്താവ് വന്നി ട്ടുണ്ടോ,"

"ഇല്ല"

ഇന്ദിര ധൃതിയിൽ തിണ്ണയിൽപോയി നിന്നു. ഇനിയും ഓരോരുത്തരു കുത്തികുത്തി ചോദിക്കും. വേദന കാണാൻ എല്ലാവർക്കും ഇഷ്ടമാണ്. സിനിമയിലും സീരിയലിലും. ദുഃഖം സ്വന്തം ജീവിതത്തിലാകുമ്പോൾ മാത്രം അസഹിഷ്ണുത! ഭർത്താവ് മരിച്ച സ്ത്രീ മംഗളകർമ്മങ്ങളിൽ പങ്കെടുക്കുന്നതു അശുഭമാണെന്ന് കേട്ടിട്ടുണ്ട്. ഇപ്പോൾ ഞാൻ വിധവ യാണ്. സുധാകരനെ ഭർത്താവായി അംഗീകരിക്കാൻ പറ്റുന്നില്ല. മരിച്ചു പോയ ശേഖരേട്ടന്റെ വിധവ. മംഗളകർമ്മങ്ങളിൽ പങ്കെടുക്കാൻ പാടില്ല.

"ഗീത നിന്നെ തിരയുന്നു".

ശ്യാമളേച്ചി ഓടി വന്നു പറഞ്ഞു.

ഇന്ദിര സാരിത്തുമ്പുയർത്തി കണ്ണീരൊപ്പി. എന്നിട്ടു മകളുടെ അടു ത്തേക്കു പോയി. ഗീതയുടെ മുന്നിലെത്തിയാൽ ഞാൻ കരയും. അതു വയ്യ. ചെറിയ കഷണ്ടിയുള്ള തുടുത്ത മുഖമുള്ള ശേഖരേട്ടന്റെ ഒരു ഫോട്ടോ അവളുടെ പെട്ടിയിലുണ്ടായിരുന്നു. ആകാശത്തിനു കീഴിൽ പട രുന്ന വെളിച്ചംപോലെ അത്ര തെളിയാത്ത മന്ദസ്മിതമുള്ള ശേഖരേട്ടന്റെ ഫോട്ടോ. കടലിന്റെയും ആകാശത്തിന്റെയും ആഴം പോലെ കണ്ണുക ളിൽ സ്നേഹവും കൃപയും നിറഞ്ഞമുഖം. അവൾ പെട്ടിക്കുള്ളിൽ നിന്നും ഫോട്ടോയെടുത്ത് നെഞ്ചോടു ചേർത്തു പിടിച്ചു. ഫോട്ടോ ഉയർത്തി അവൾ പറഞ്ഞു "ഇനി നമുക്കു നമ്മുടെ മോടെ അടുത്തു പോകാം".

ഗീതയുടെ വിവാഹം നിശ്ചയിച്ചത് പെട്ടെന്നായിരുന്നു. ഓർക്കുമ്പോൾ അത്ഭുതം തോന്നുന്നു. ആദ്യത്തെ ആലോചന. നല്ല കുടുംബം. മോശമ ല്ലാത്ത ജോലി. ആവശ്യത്തിന് സ്വത്ത്. ഒറ്റ മകൻ. കാണാനും കുഴപ്പ മില്ല. വിവാഹനിശ്ചയം പെട്ടെന്നുതന്നെ നടത്തി. അതുകൊണ്ട് വിവാഹ ത്തിന് ആറുമാസത്തോളം സമയം കിട്ടി. അവൾ വീട്ടിൽനിന്നും പോയാൽ ഞാൻ ഒറ്റയ്ക്കാവും. അമ്മ ഇപ്പോൾ സുധാകരന്റെ കൂടെയാണ്. ഇനിയും താൻ ആരോടു സംസാരിക്കും? ആരോടു വഴക്കിടും? അച്ഛനില്ലാത്ത കുട്ടി

യാണ്. ഒന്നിനും ഒരു കുറവും വരരുതെന്ന് വിചാരിച്ചു. പണ്ട് തന്റെ കല്യാണത്തിന് കിട്ടിയ സ്വർണ്ണമൊക്കെ സൂക്ഷിച്ചു വച്ചിരുന്നു. കരുതിവച്ചിരുന്നതെല്ലാം ഉപയോഗിച്ചു. പക്ഷേ, കരുതി വയ്ക്കാൻ പറ്റാത്ത ചിലതുണ്ടല്ലോ!

"എന്താ, അമ്മേ ഇത്?" ഗീത ചോദിച്ചു.

" നിന്റെ അച്ഛൻ ശേഖരേട്ടന്റെ ഒരു ഫോട്ടോ,"

" എന്തിനാ ഇപ്പോ ഇത്. എന്നെ കരയിക്കാനോ?"

" നീ എന്തിനാ കരയുന്നെ. ഞാൻ കരഞ്ഞോളാം"

ഫോട്ടോ, നെഞ്ചത്ത് ചേർത്തുപിടിച്ച് ഇന്ദിര മുറ്റത്തിറങ്ങി. ഗന്ധരാജൻ ചെടിയുടെ സമീപം ചെന്ന് വാടാൻ തുടങ്ങുന്ന ഇലകളെ തലോടിക്കൊണ്ട് അവൾ ചോദിച്ചു,

"ഭർത്താവ് മരിച്ചുപോയാൽ ഭർത്താവിന്റെ അനിയനെ വീണ്ടും ഭർത്താവായി സ്വീകരിക്കാമോ?"

"പാടില്ല" ഗന്ധരാജന്റെ ഇലകൾ തലയിളക്കിപറഞ്ഞു.

ഇന്ദിര റോഡിലിറങ്ങി. ആരൊക്കെയോ പിറകിൽനിന്നും വിളിക്കുന്നുണ്ടായിരുന്നു. അവളൊന്നും കേട്ടില്ല. ശേഖരേട്ടന്റെ ഫോട്ടോ മാറിൽ അമർത്തിപ്പിടിച്ച് അവൾ വേഗത്തിൽ നടന്നു.

11

ഉത്സവം

ക്ഷേത്രത്തിനു മുന്നിൽ പടർന്നു പന്തലിച്ചു നില്ക്കുന്ന ഞാവൽ മരത്തിന് ചുറ്റും കെട്ടിയുയർത്തിയ തിട്ടയിലിരുന്ന് ഏകദേശം അൻപത് വയസ്സോളം പ്രായമുള്ള അശോകൻ നിരന്തരം കരയുന്നത് കണ്ടുകൊണ്ടാണ് അന്നത്തെ പ്രഭാതം പിറന്നത്. ക്ഷേത്രത്തിനുള്ളിലെ വിറകടുപ്പിൽനിന്നും ഗണപതി ഹോമത്തിനുള്ള തേങ്ങാ കരിയുന്ന മണം ഓടി നടിയിലെ വിടവിൽക്കൂടി പുറത്തിറങ്ങി കാറ്റിന്റെ കൈകളിൽ തൂങ്ങി, ക്ഷേത്രക്കുളത്തിനു സമീപത്തെ ഊട്ടുപുരയിലേക്ക് നീങ്ങാൻ തുടങ്ങിയിരുന്നു, അപ്പോൾ.

അശോകൻ എന്ന പേരിന് ശോകമില്ലാത്തവൻ എന്ന അർത്ഥമാണെന്ന് കരയുന്ന അശോകന് അറിയില്ല. ദശരഥന്റെ മന്ത്രിമാരിൽ ഒരാളുടെ പേര് അശോകനാണെന്നും ബിംബിസാരൻ എന്ന രാജാവിന്റെ മകനാണെന്നുമുള്ള അറിവ് അയാൾക്കില്ല. ജീവിതത്തിൽ ഒരിക്കലും ദുഃഖം അനുഭവിക്കാൻ പാടില്ല എന്ന് ചിന്തിച്ചിട്ടാവും അച്ഛനായ കേശവൻ അയാൾക്ക് അശോകൻ എന്ന പേരിട്ടത്. എല്ലാ വർഷവും തൂക്കം വഴിപാടിന് വേണ്ടി വില്ലിൽ കയറിയിട്ടുള്ള അശോകന് ഇപ്രാവശ്യം തൂക്കം കിട്ടാത്തതിലുള്ള ദുഃഖമാണ് അയാളെ കണ്ണീരിന്റെ കയത്തിൽ തള്ളിയിട്ടത്. കരച്ചിൽ എന്നും അയാളുടെ നിരവധി ആയുധങ്ങളിൽ പ്രധാനപ്പെട്ടതാണ്. ഏതു പ്രതിസന്ധിയിലും പുരുഷന്മാർ കരയാറില്ല എന്നത് പരക്കെ അംഗീകരിക്കപ്പെട്ട ഒരു സത്യമാണ്. അവരുടെ മനസ്സ് സ്ത്രീകളുടേതിനേക്കാൾ കട്ടിയുള്ളതാണ്. പക്ഷേ, അയാൾ അങ്ങനെയല്ല. അയാൾ കരയുന്നുണ്ടല്ലോ! അതുകൊണ്ട് തീർച്ചയായും അയാൾ ഒരു എഴുത്തുകാരനാകേണ്ടതാണ്. എഴുത്തുകാരൊക്കെ ദുർബ്ബലരും മനസ്സിന് തീരെ കട്ടിയില്ലാത്തവരുമാണെന്ന് തിരുവനന്തപുരത്തെ ഒരു സാഹിത്യ

കൂട്ടായ്മയിൽ ഈയിടെ എം മുകുന്ദൻ പറയുകയുണ്ടായി. കരയുന്ന അശോകൻ എന്തുകൊണ്ട് ഒരു സാഹിത്യകാരനായില്ല എന്നത് ചിന്തിക്കേണ്ട വിഷയം തന്നെയാണ്. പക്ഷേ, ഇത്തരം ചർച്ചകൾക്കൊന്നും ഇപ്പോൾ പ്രസക്തിയില്ലാത്തതുകൊണ്ടും വിഷയം മറ്റൊന്നായതുകൊണ്ടും തല്ക്കാലം അശോകനെ കരയാൻ വിടുകയല്ലേ ഉചിതം?

ഞാവൽ മരത്തിന്റെ കനമുള്ള ഒരു വേര് കൽക്കെട്ടിനെ പൊട്ടിച്ച് പുറത്തിറങ്ങി, വീണ്ടും മണ്ണിലേക്കിഴഞ്ഞിറങ്ങിയതിൽ കാല് ചവുട്ടിയാണ് അശോകൻ ഇരിക്കുന്നത്. പലതരം കാലുകൾവീണ് വേരിന്റെ പുറം തൊലി നഷ്ടമായിട്ടുണ്ട്. ഞാവൽ മരത്തിന് ക്ഷേത്രത്തോളം പഴക്കമുണ്ട്. ഏതാണ്ട് എഴുന്നൂറ് വർഷത്തെ പ്രായം കണക്കാക്കുന്നു. പണ്ടെങ്ങോ മരത്തടിയിൽ തറച്ച കുത്തുവിളക്കുകളൊക്കെ മരത്തിനുള്ളിൽ കയറി അപ്രത്യക്ഷമായി. ക്ഷേത്രത്തിന്റെ കിഴക്കു ഭാഗത്തെ കുറ്റിക്കാട്ടിൽ മകര ഭരണിദിവസം ഉറഞ്ഞുതൂങ്ങിയ ആൾപ്പിണ്ടിയുടെ അലകുകൾ ആരോ ഊരിയെടുക്കുന്നത് കണ്ടുകൊണ്ട് അശോകൻ വീണ്ടും കരഞ്ഞു. തലയിലെ കുട്ടയിൽ മരോട്ടിക്കായുമായി എത്തിയ രണ്ടു ചെറുപ്പക്കാർ ആലുവിളക്കിന്റെ ചട്ടത്തിനു സമീപം കായ് കുടഞ്ഞിട്ട് തിരിഞ്ഞുനോക്കിയപ്പോൾ കരയുന്ന അശോകനെ കണ്ടെങ്കിലും അയാളുടെ കരച്ചിലിന് ഒരു പുതുമയുമില്ലെന്ന് സ്വയം പറഞ്ഞ് മരോട്ടിമരം അന്വേഷിച്ച് വീണ്ടും അവർ പുറത്തേക്കുപോയി.

മരോട്ടിക്കായ് രണ്ടായി മുറിച്ചാണ് ആലുവിളക്കിലെ തൂങ്ങിക്കിടക്കുന്ന നൂറുകണക്കിന് വിളക്കിലെ കുഴികളിൽ ചെളിനിറച്ച് കത്തിക്കുന്നത്. തടിയിൽ തീർത്തതാണ് വിളക്കുകൾ. എല്ലാം തേക്ക്. ആകാശം മുട്ടുന്ന ഉയരം. തോളിലേറ്റുമ്പോൾ വിളക്കു ചെരിയും. ചെളിയുണ്ടായതുകൊണ്ട് വിളക്കുകൾ താഴെ വീഴാതെ ക്ഷേത്രത്തിനുചുറ്റും കൊണ്ടുനടക്കാം. വിളക്കിന്റെ മദ്ധ്യഭാഗത്ത് രണ്ട് ഗരുഡന്മാരുണ്ടാകും. മുഖത്ത് കൃത്രിമച്ചുണ്ട് ഘടിപ്പിക്കും. തൊങ്ങലുകൾ തൂക്കിയ കൈകൾ ചിറകുകളാവും. തൂക്കം കിട്ടിയില്ലേൽ ഗരുഡനായാലും മതിയായിരുന്നെന്ന് ഇടയ്ക്ക് അശോകൻ ചിന്തിച്ചു.

വഴിപാടുകാരും തൂക്കക്കാരും പ്രധാനവഴിയിലൂടെ ക്ഷേത്രമുറ്റത്തെത്തി. തൂക്കക്കാരുടെ ദക്ഷിണയെക്കുറിച്ചാണ് പ്രധാനമായും ചർച്ച. തൂക്കക്കാർ ആവശ്യപ്പെടുന്ന തുക നല്കാൻ വഴിപാടുകാർ തയ്യാറായി. തൂക്കം ദേവിക്ക് സമർപ്പിക്കുന്ന ബലിയാണെന്നും എന്തു തന്നാലും സന്തോഷത്തോടെ സ്വീകരിക്കുമെന്നും ചില തൂക്കക്കാർ പറഞ്ഞപ്പോൾ വഴിപാടുകാർക്ക് ആശ്വാസം തോന്നി. ഇതെല്ലാം കണ്ടപ്പോൾ കരച്ചിലടക്കാൻ കഴിയാതെ അശോകൻ വിങ്ങിപ്പൊട്ടി.

വളർന്ന് മുറ്റിയ താടിയും മുടിയും വെള്ളം കാണാത്ത ശരീരവും നനയ്ക്കാത്ത മുണ്ടും ഉടുപ്പും ആരോഗ്യമില്ലാത്ത മെലിഞ്ഞ ശരീരവും അടുത്തുചെല്ലുമ്പോഴുള്ള കെട്ടമണവും ഒരാളിൽ കാണണമെങ്കിൽ

നിങ്ങൾ അശോകന് സമീപം ചെന്നാൽ മതി. തൂക്കവില്ലിൽ കയറി ആകാശത്ത് പയറ്റുമുറകൾ കാണിക്കാൻ ആരോഗ്യമുള്ള ശരീരം വേണമെന്ന് അയാൾക്കറിയില്ലേ എന്ന് ആളുകൾ സംശയിക്കുന്നു. ചമയമുറിയിൽ നിന്നും തൂങ്ങാനായി പുറത്തുവരുമ്പോൾ തൂക്കക്കാർ ചന്ദ്രനെപ്പോലെ തിളങ്ങണമെന്ന് ആഗ്രഹിക്കാത്ത വഴിപാടുകാരുണ്ടോ? അശോകന് അത്ര സൗന്ദര്യമൊന്നുമില്ല. അയാളുടെ വാരിയെല്ലുകൾ എണ്ണിത്തിട്ടപ്പെടുത്താം. അതുകൊണ്ട് അശോകൻ വേണ്ട എന്ന വഴിപാടുകാരന്റെ നിലപാടിനെ എങ്ങനെ ചോദ്യം ചെയ്യാനാകും?

ക്ഷേത്രത്തിനു മുന്നിലെ വയലും വയലിൽ ശിരസ്സ് വെട്ടിമാറ്റിയ നെല്ലിൻകുറ്റിയും വയലിനപ്പുറത്തെ തോടും തോടിനോട് ചേർന്ന് താമസിക്കുന്നവരും തോട്ടിലൂടെ നൂലുപാകിയപോലെ ഒഴുകുന്ന ജലവും ജലത്തിൽ നീന്തുന്ന പരൽമീനും വരാൻ പോകുന്ന ഉത്സവത്തെക്കുറിച്ചോർത്ത് വികാരം കൊണ്ടു. ഏതോ കരയുടെ കുതിരയുമായെത്തിയ വണ്ടി, ചട്ടത്തിന്റെ നീളം മൂലം മുമ്പോട്ടും പിറകോട്ടും ചലിക്കാൻ കഴിയാതെ കനാൽപാലത്തിൽ കുടുങ്ങിയതു കണ്ടിട്ടു കുട്ടികൾ കോലാഹലത്തോടെ പാലം ലക്ഷ്യമാക്കി കുതിച്ചു. അവസാനം സാഹസപ്പെട്ടു കുതിരച്ചട്ടം പുറത്തിറക്കിയതിനു ശേഷമാണ് വാഹനം കണ്ടത്തിലിറക്കിയത്. അശോകൻ എഴുന്നേറ്റുനിന്ന് കരച്ചിലിനിടയിൽക്കൂടി ഒരു ചെറുചിരി പുറത്തേക്കു തുറന്നുവിട്ടു.

ആശാൻ വരുന്നതുകണ്ടപ്പോൾ ചിതറിനിന്ന തൂക്കക്കാർ എഴുന്നേറ്റു 'ക്യൂ'വിലായി. അന്നു ശിവരാത്രിയായിരുന്നു. തൂക്കക്കാരനായതിന്റെ മുദ്രയായ 'വാളമ്പും വില്ലും' ഏറ്റുവാങ്ങുന്നത് അന്നാണ്. ക്ഷേത്രത്തിൽ പതിവിൽ കവിഞ്ഞ തിരക്കുണ്ടായിരുന്നു. വഴിപാടുകാരും തൂക്കക്കാരും പ്രധാന വഴിയിലൂടെ ക്ഷേത്രത്തിലെത്തി കാണിക്കയിട്ടു. വരാൻ പോകുന്ന സൗഭാഗ്യത്തെക്കുറിച്ച് ആലോചിച്ച് തൂക്കക്കാർ നെടുവീർപ്പിട്ടു. തൂക്കദിവസം മുതുകിൽ കൊരുക്കുന്ന ചൂണ്ടയുടെ വേദന മറന്ന് അവർ ഉത്സാഹം പൂണ്ടു. ക്ഷേത്രക്കുളത്തിലെ ജലം തീർത്ഥമായി സങ്കല്പിച്ച് തലയിൽ കുടഞ്ഞു. ക്ഷേത്രമുറ്റവും കടന്ന് 'ക്യു' പുറത്തേക്ക് നീണ്ടു. ഇപ്രാവശ്യം കഴിഞ്ഞവർഷത്തേക്കാൾ തൂക്കക്കാരുണ്ടാവും. കന്നിത്തൂക്കക്കാർ ഇരുപത്തിനാല് പേരുണ്ട്. ദേവസ്വം ഓഫീസിൽ പേര് രജിസ്റ്റർ ചെയ്തവർ അറുനൂറ്റിയൻപത് കവിഞ്ഞു. ഇനിയും വഴിപാടുകാർ എത്തും. ആരെങ്കിലും അശോകനെ ബുക്കുചെയ്യുമോ? അറിയില്ല. അറിയാൻ ദീപാരാധനവരെ കാത്തിരിക്കണം. അതുവരെ കരയാനാണ് അശോകന്റെ വിധി.

"എന്താടോ, തനിക്ക് തൂക്കം കിട്ടിയില്ലേ?"

ഇല്ല എന്ന അർത്ഥത്തിൽ അശോകൻ തല ചലിപ്പിച്ചു.

"എങ്ങനെ കിട്ടാനാ, ഒരു കോലം കണ്ടില്ലേ? എത്ര ദിവസമായി താൻ കുളിച്ചിട്ട്". തോളിൽനിന്നും നേര്യതെടുത്ത് ചൂടകറ്റാനായി വീശി

ക്കൊണ്ടു ആശാൻ ചോദിച്ചു.

"രണ്ടിസം, വല്ലതും കഴിച്ചിട്ടും രണ്ടിസമായി."

"അതിനു കുതിരമൂട്ടിൽ കഞ്ഞിയൊണ്ടല്ലോ"

"ഒണ്ട്" അശോകൻ കണ്ണീരൊപ്പി. "പക്ഷേങ്കില് ഇപ്രാവശ്യം എനിക്ക് തൂക്കം കിട്ടിയില്ല".

"ദീപാരാധനവരെ കാത്തിരിക്ക്. ആരെങ്കിലും വരും. അതിനെടേല് ഈ മുടീം താടീം വടിച്ച് നല്ലൊരു മുണ്ടും ഉടുത്തോണ്ടു വാ".

അശോകൻ ഞാവൽ മരത്തിന്റെ ചുവട്ടിൽനിന്നും എഴുന്നേറ്റു. ഞാവൽ മരത്തിന്റെ ഇലകൾ കാറ്റത്താടുകയും ഇലകൾക്കിടയിലൂടെ പിങ്ക് നിറത്തിലുള്ള ഞാവൽപ്പഴങ്ങൾ പൂഴി മണ്ണിൽ ഉതിർന്നു വീഴുകയും മണലിൽ പതുങ്ങിക്കിടക്കുകയും ചെയ്തു. തൂക്കക്കാർ പലരും ഞാവൽപ്പഴം വായിലിട്ടു നുണഞ്ഞു. വെളുത്ത കുരു പുറത്തേക്ക് തുപ്പിയത് പല്ലിമുട്ടപോലെ തറയിൽ വീണു. അവരുടെ വായ് പിങ്ക് നിറത്തിലുള്ള മഷിക്കുപ്പിയായി. 'വാളമ്പും വില്ലും' വാങ്ങിയവർ ആശാനിൽ നിന്നും അടുത്ത അറിയിപ്പ് പ്രതീക്ഷിച്ച് അവിടവിടെ തണൽപറ്റി നിന്നു. എന്തോ സംശയം തീർക്കാനായി ആശാൻ ഇടയ്ക്ക് ദേവസ്വം ഓഫീസിലേക്കു നടന്നപ്പോൾ, കൊച്ചുകുട്ടികൾ അമ്മയോടെന്നപോലെ, തൂക്കക്കാർ ആശാന് പിറകേ വച്ചുപിടിച്ചു.

"തൂക്കവില്ല് കൊളത്തിൽ കൊണ്ടിടാൻ എല്ലാവരും സഹകരിക്കണം. വില്ല് കുതിരട്ടെ. ഊട്ടുപുരയുടെ ചായ്പ്പിലൊണ്ട്"

കാര്യം പിടികിട്ടിയ തൂക്കക്കാരെല്ലാവരും താറാവിൻ കൂട്ടങ്ങളെപ്പോലെ ഊട്ടുപുരയുടെ സമീപത്തേക്ക് വേഗത്തിൽ നടന്നു.

പെട്ടെന്ന്, എന്തോ ഓർത്തിട്ടെന്നവണ്ണം കണ്ണീർതുടച്ച് അശോകൻ ധൃതിയിൽ വീട്ടിലേക്കു പോയി.

അശോകന്റെ ഓലപ്പുരയ്ക്കുള്ളിൽ ആരോ ചൂലുകൊണ്ട് തറ വൃത്തിയാക്കുന്ന ശബ്ദം കേൾക്കുന്നുണ്ട്. അത് സരിതയാണെന്ന് അശോകനറിയാം. അയാളുടെ ശരീരം വിറയ്ക്കുകയും എന്തോ കേട്ട് പരിഭ്രമിച്ചതുപോലെ ചുണ്ടുകൾ കൂട്ടിമുട്ടുകയും ഹൃദയം ശക്തിയായി ഇടിക്കുകയും പ്രതീക്ഷിച്ചതുപോലെ വന്നുകയറിയ സരിതയെക്കുറിച്ച് ഓർത്ത് പരവശനാകുകയും ചെയ്തു. മുറ്റത്തുനിന്നും മൂത്രത്തിന്റെ മണം കാറ്റിലൂടെ മൂക്കിലെത്തി തിരിച്ചുപോയി. തൂക്കംപോലെ വർഷത്തിൽ ഒരിക്കൽ മാത്രമാണ് സരിത അയാളെ കാണാനെത്തുന്നത്. ശിവരാത്രി ദിവസമാണ് തൂക്കക്കാർക്ക് അഡ്വാൻസ് കിട്ടുന്നതെന്ന് അവൾക്കറിയാം. അശോകന്റെ കൈയിൽനിന്നും അഡ്വാൻസ് തുക വാങ്ങി അവൾ അന്നുതന്നെ മറയും. സരിത ആരാണെന്നു ചോദിച്ചാൽ വ്യക്തമായ ഉത്തരം നല്കാൻ അയാൾക്കറിയില്ല. അവൾ തന്റെ ആരുമല്ലെന്ന് ആളുകൾ ചോദിച്ചാൽ പറയും.

ചോർന്ന് ഒലിക്കുന്ന അടുക്കളയുടെ കിഴക്കേഭിത്തി മഴയിൽ തകർന്നു

വീണതാണ്. ഒരു പൊങ്കാലക്കലം പൊട്ടിയിട്ടുണ്ട്. നല്ല കല്ലുകൾ പറുക്കി പൂച്ച കയറാതിരിക്കാൻ അടുക്കിവച്ചത് അശോകനാണ്. അയാൾ ഉറങ്ങുന്ന മുറിയിൽ കരിപിടിച്ച ഒരു മണ്ണെണ്ണ വിളക്ക് ചരിഞ്ഞു കിടപ്പുണ്ട്. മണ്ണെണ്ണ തറയാകെ പടർന്നിട്ടുണ്ട്. മുറിയിൽ നിരന്നുകിടക്കുന്ന ബീഡിക്കുറ്റി അടുക്കി ഒരു മൂലയിൽ കൂട്ടിവച്ചതും അശോകനാണ്. മുറി നിറഞ്ഞുകിടക്കുന്ന കരിയിലയുടെ മുകളിൽ കീറിയ ഒരു കറുത്ത തുണി പടർന്നുകിടക്കുന്നു. എന്തു ചെയ്യണമെന്ന ചിന്തയിൽ സരിത കുറേനേരം വെറുതെനിന്നു. എന്തിനാണിങ്ങനെ ബീഡിക്കുറ്റി മുറിയിൽ വലിച്ചെറിയുന്നതെന്ന് കഴിഞ്ഞ ശിവരാത്രി ദിവസം ചോദിച്ചപ്പോൾ സരിതയ്ക്ക് വ്യക്തമായ മറുപടി കിട്ടിയില്ല.

വേലിക്കപ്പുറത്ത്, ഇടിഞ്ഞു താഴ്ന്ന വഴിക്കരികിൽ സരിതയെ അഭിമുഖീകരിക്കാൻ കഴിയാതെ അശോകൻ ശോകമടക്കി നിന്നു. അയാളെ കണ്ടാലുടൻ തൂക്കത്തിന് അഡ്വാൻസ് കിട്ടിയില്ലേ എന്ന് അവൾ ചോദിക്കും. ഇല്ല എന്ന ഉത്തരം അസത്യമാണെന്ന് ധരിക്കും. വീട്ടിലേക്ക് കയറണോ എന്ന് ചിന്തിച്ച് മുള്ളുവേലിക്കരുകിൽ അയാൾ മുഖംതാഴ്ത്തി നിന്നു. വീടിനു മുന്നിലെ മരോട്ടിമരത്തിൽ കായ്കളൊന്നും കാണാനില്ല. അമ്പലക്കാര്യമാവുമ്പോൾ അങ്ങനെയാണ്. ഒന്നിനും ആരോടും അനുവാദം വാങ്ങേണ്ട.

“എന്താ, വഴീത്തന്നെ നിന്നെ. കേറിവാ”.

ഒരു പൊലീസുകാരന്റെ കഠിനശബ്ദത്തിൽ സരിത അശോകനെ കൈയാട്ടി വിളിച്ചു. എന്താണ് അവളോടു പറയേണ്ടത്? ഒരു ഉത്തരത്തിനുവേണ്ടി അയാൾ ഉഴറി. തൂക്കം കിട്ടിയില്ല എന്നു മാത്രം പറയാം. അല്ലാതെന്ത്?

“എങ്ങനെ കിട്ടും” സരിത ശബ്ദമുയർത്തിപ്പറഞ്ഞു. “ഒരു കോലം കണ്ടില്ലേ? എങ്ങിനെ തൂക്കം കിട്ടും. ചെറുക്കന് ഫീസ് കൊടുക്കേണ്ട അവസാന തീയതി ഇന്നാ. എല്ലാടത്തും തന്തമാരാ ഇതൊക്കെ ചെയ്യുന്നത്. വർഷത്തിൽ ഒരിക്കൽ കിട്ടുന്ന തൂക്കം കളഞ്ഞുകുളിച്ചു”.

“എന്റെ മോനെ എനിക്കൊന്നു കാണണം”.

അശോകൻ തലകുമ്പിട്ടു നിന്നു.

“അതിന് നിങ്ങടെ മോനാണെന്ന് നിങ്ങൾക്ക് ഉറപ്പുണ്ടോ?”

“എന്റെ മോനാന്നു നീയല്ലേ പറഞ്ഞത്?”

“അങ്ങനെ ഞാൻ പലരോടും പറഞ്ഞിട്ടുണ്ട്. എനിക്കും ജീവിക്കണം. വർഷത്തിൽ ഒരു പ്രാവശ്യം കിട്ടുന്നതുകൊണ്ട് എങ്ങനാ കഴിയുന്നത്?”

“എനിക്ക് മോനെ കാണണം”

“അതിനു നിങ്ങൾ ഇന്നു മരിക്കുമോ?”

“ചെലപ്പം”

“എങ്കിൽ ബലിയിടാൻ വരാം”.

സരിത എവിടെയാണ് താമസിക്കുന്നതെന്ന് അശോകനറിയില്ല. അവ

രുടെ വീട്ടിൽ ആരൊക്കെയുണ്ട്? അതും അറിയില്ല. മറ്റേതെങ്കിലും പുരുഷനോടൊത്താണോ അവൾ കഴിയുന്നത്? അറിയില്ല. വർഷത്തിൽ ഒരു പ്രാവശ്യം വീണുകിട്ടുന്ന അത്ഭുതമായിരുന്നു അയാൾക്ക് സരിത. ദൂരെ ഏതോ ദേശത്താണ് അവളുടെ താമസം. അവസാന കാലത്ത് അവളോടൊത്ത് ജീവിക്കാമെന്ന് അയാൾ സ്വപ്നം കണ്ടു. അവളുടെ വീട്ടിൽ കാലിന് സ്വാധീനമില്ലാത്ത ഒരു ആങ്ങള ഉള്ളതായി അവൾ ഒരിക്കൽ പറഞ്ഞിരുന്നു. ബീഡി തെറുപ്പാണ് അയാളുടെ ജോലി. ഇലയും ചുക്കയും വാങ്ങുന്നത് സരിതയാണ്. തെറുത്ത ബീഡി ചന്തയിൽ വില്ക്കുന്നതും അവളാണ്.

എല്ലാ ശിവരാത്രി ദിവസവും രാവിലെ പ്രത്യക്ഷപ്പെട്ട് അടുക്കള അടിച്ചുവാരി, മൺകലത്തിൽ ചോറുവച്ച് അയാൾക്ക് വിളമ്പിക്കൊടുത്ത് തൂക്കത്തിനു കിട്ടുന്ന അഡ്വാൻസും വാങ്ങി എങ്ങോട്ടോ പോകുന്ന സരിത. തൊഴിലുറപ്പുകാർ കനാലിൽ കാടുവെട്ടാൻ വന്നപ്പോഴാണ് ഒരു ദിവസം ഉച്ചയ്ക്ക് സരിത അശോകന്റെ വീട്ടിലെത്തിയത്. ചോറുണ്ണാൻ ഒരു ഗ്ലാസ് വെള്ളം. അവൾ ഉമ്മറപ്പടിയിൽ കയറി പറഞ്ഞു. അശോകന്റെ വീട്ടിൽ കിണറില്ലായിരുന്നു. തൊട്ടടുത്ത വീട്ടിൽനിന്നും ഒരു തൊട്ടി വെള്ളം കൊണ്ടു വന്നപ്പോഴേക്കും സരിത ചോറുപൊതി അഴിച്ചിരുന്നു. ഒരു കട്ട വെളുത്ത ചോറ്. മുകളിൽ ചുവന്ന ചമ്മന്തി. വശങ്ങളിൽ ഉറങ്ങുന്ന ഉള്ളിത്തോരൻ. വാഴയില കഞ്ചുകം പതുക്കെ പൊളിച്ച് സരിത അയാളെ നോക്കി. എന്തിനാ രഹസ്യമായി ചോറുപൊതിക്കുള്ളിലേക്ക് നോക്കുന്നത്. സരിത ചോദിച്ചു. ചമ്മന്തിക്ക് എന്തൊരു നിറം. അശോകൻ ചിരിച്ചു. സരിത ചോറ് രണ്ടാക്കി ഒരു ഭാഗം അശോകന് നല്കി. എന്തൊരു മാർദ്ദവമെന്ന് ചിന്തിച്ച് അയാൾ ചോറുരുളയിൽ കൈവച്ചു. ഉരുള ഉടഞ്ഞു നിരന്നു. ചമ്മന്തി ചേർത്ത് വായിലേക്കിട്ടപ്പോൾ അശോകൻ ചിരിച്ചു.

ഒറ്റ മുറിവീടിന്റെ തകർന്ന ഭിത്തിക്കരുകിൽ ചാരിനിർത്തി അശോകൻ സരിതയെ ആലിംഗനം ചെയ്തു. അമ്മയല്ലാതെ മറ്റാരും അവളെ ഇത്ര ഗാഢമായി കെട്ടിപ്പിടിച്ചിട്ടില്ല എന്നുപറഞ്ഞ് അവൾ കനാൽ കരയിലേക്കു നോക്കി. കൂട്ടുകാരിയായ തങ്കമ്മയോ മറ്റോ..... പച്ച കരിംചാള മത്തിയുടെ മിനുമിനുപ്പുണ്ടായിരുന്നു അവളുടെ ശരീരത്തിന്. അവളുടെ കാലിൽ മീനിനേപ്പോലെ ചെതുമ്പലുകളുണ്ടായിരുന്നു. അവളുടെ വായ്ക്ക് വാടിയ വാഴയിലയുടെ മണമായിരുന്നു. ചോറുരുള വാരിയെറിയാൻ പാകത്തിൽ വായ് തുറന്നപ്പോൾതന്നെ അത്തരത്തിലൊരു മണം പുറത്തുവന്നത് അശോകൻ ശ്രദ്ധിച്ചിരുന്നു. സരിത തന്നോടു ചേർന്നു നിന്നപ്പോൾ ജലോപരിതലത്തിൽനിന്നും മുകളിലേക്ക് കുതിക്കുന്ന മത്സ്യത്തെപ്പോലെ അശോകന്റെ മനസ്സ് ഉയർന്നുചാടി. ഇനിയും ഇവിടെ ഒരു കിണർ വേണം. സരിത പറഞ്ഞു. തൊട്ടി വെള്ളത്തിൽ മുട്ടുമ്പോഴുള്ള ശബ്ദത്തിന് ഒരു സുഖമില്ലേ?

വീട്ടിൽനിന്നും പുറത്തിറങ്ങാൻ സരിത ധൃതികൂട്ടി. ദീപാരാധനവരെ കാത്തിരിക്കാൻ പറഞ്ഞെങ്കിലും അവൾ അനുസരിച്ചില്ല. തൂക്കത്തിന് അഡ്വാൻസ് കിട്ടാത്തതുകൊണ്ട് ഇനിയും ഇവിടെ തങ്ങുന്നതിൽ അർത്ഥമില്ലെന്ന് അവൾ കണക്കുകൂട്ടിക്കാണും. ഇത്രപെട്ടെന്ന് പോകരുതെന്ന് അശോകൻ കാലുപിടിച്ചെങ്കിലും അവജ്ഞപുരട്ടിയ ഒരു മന്ദഹാസം പുറത്തെടുത്ത് അവൾ അശോകനെ കാണിച്ചു. ഇന്ന് ശിവരാത്രിയല്ലേ, രാത്രി മുഴുവൻ ഉറക്കമിളയ്ക്കാമെന്ന് അശോകൻ പറഞ്ഞപ്പോൾ, മെലിഞ്ഞ കൈയ് തട്ടിമാറ്റി സരിത മുറ്റത്തിറങ്ങി.

അശോകൻ വീണ്ടും കരയാൻ തുടങ്ങി. തൂക്കം കിട്ടാത്ത ദുഃഖം ഒരു വശത്തും സരിതയുടെ മയമില്ലാത്ത പെരുമാറ്റം മറുവശത്തും തൂക്കി അയാൾ വീണ്ടും ക്ഷേത്രത്തിലേക്കു നടന്നു.

വയലിനു പടിഞ്ഞാറ്, തോടിനോടു ചേർന്ന ഭാഗത്ത് കുതിരപ്പണി തുടങ്ങിയിട്ടുണ്ട്. തല ഊരിമാറ്റിയ ഒരു കാളയുടെ ശരീരം വെയിലിൽ തിളങ്ങുന്നുണ്ട്. കുതിരച്ചുവട്ടിൽനിന്നും പുക ഉയരുന്നുണ്ട്. കഞ്ഞിതിളയ്ക്കുന്ന മണത്തിന് ഗാഢമായ ഒരാലിംഗനത്തിന്റെ ഭംഗിയുണ്ട്. കഞ്ഞി കുടിക്കാമല്ലോ എന്ന ചിന്തയിൽ ഒരല്പനേരത്തേക്ക് അശോകൻ കരച്ചിലൊതുക്കി. കാച്ചിലും ചേനയും ചേമ്പും ചെമ്പിലിട്ടു വേവിക്കുന്നതിന്റെ തിള ശബ്ദം അശോകനെ ആവേശഭരിതനാക്കി. സ്റ്റേജിനു വടക്കുഭാഗത്തെ ഇരട്ടക്കാളച്ചുവട്ടിൽ മുതിരപുഴുങ്ങുന്നതും അശോകൻ കണ്ടിരുന്നു. കുതിരച്ചട്ടത്തിൽ കതിരുകാൽ കൊരുക്കുന്ന പണി തുടങ്ങിക്കഴിഞ്ഞു. അമ്പലമുറ്റത്തുള്ള കരക്കാരൊക്കെ തിരക്കിലാണ്. ആലുവിളക്കിന്റെ ഭാഗങ്ങൾ ആരോ വാരിക്കൂട്ടി ആലിൻചുവട്ടിലിട്ടിട്ടുണ്ട്. പൂപ്പന്തലിന്റെ പണി തുടങ്ങിക്കഴിഞ്ഞു. കമ്പിൽകെട്ടിയ ബലൂണുകളിൽ കടുകുമണികൾ കിലുക്കി കച്ചവടക്കാർ നടക്കുന്നുണ്ട്.

കണ്ടത്തിൽ, കിളച്ചിട്ട കട്ടയ്ക്കിടയിലെ കുഴിയിൽ, വാഴയില വച്ച് ചൂടുകഞ്ഞിപകർന്നു കിട്ടിയപ്പോൾ പുറത്തെ ചൂടും കഞ്ഞിയുടെ ആവിയും അശോകനെ തളർത്തി. വയർ വല്ലാതെ നിറഞ്ഞതുകൊണ്ട് തോടിനു സമീപമുള്ള തെങ്ങിൻതടത്തിൽ ഒരല്പനേരം അശോകൻ തളർന്നു കിടന്നു. എന്നിട്ട്, ഞാവൽ മരത്തിന്റെ തണലിലേക്കു പോയി. ഇനിയും വഴിപാടുകാർ തൂക്കക്കാരെ അന്വേഷിച്ചുവരാം. ദീപാരാധനവരെ കാത്തിരിക്കാം. ആലുവിളക്കിലെ ഗരുഡനായാലും മതിയെന്ന് കമ്മിറ്റിക്കാരെ അറിയിക്കാൻ അശോകൻ തീരുമാനിച്ചു.

അമ്പലക്കാവിനു സമീപമുള്ള റോഡിൽ എന്തോ വന്നതായി ഉറക്കെപ്പറഞ്ഞുകൊണ്ട് കുട്ടികൾ ഓടുന്നതു കണ്ടപ്പോൾ അശോകനും അവരോടൊത്ത് കൂടി. ഒരു ലോറിനിറയെ കളിപ്പാട്ടങ്ങളാണ് എത്തിയിരിക്കുന്നത്. കുട്ടികൾ കളിപ്പാട്ടങ്ങൾ സശ്രദ്ധം നോക്കി. ചാക്കിൽ നിറച്ച കളിപ്പാട്ടങ്ങൾ വണ്ടിയുടെ പുറത്തുനിന്നും പുറത്തേക്കു വീണു. അശോകൻ ലോറിക്കുള്ളിലേക്ക് നോക്കി. അവസാനം മൂന്നു കുരങ്ങന്മാർ ലോറിക്കു

ള്ളിൽനിന്നും പുറത്തിറങ്ങി. ജീവനില്ലാത്ത ഒരു കുരങ്ങൻ കണ്ണുകൾ പൊത്തിയിട്ടുണ്ട്. മറ്റ് രണ്ടുപേർ ചെവിയും വായും. അമ്പലക്കാവിനോടു ചേർന്ന് മൂന്നു കുരങ്ങന്മാരും നിരന്നിരുന്നു. അശോകൻ മറ്റൊരു കുരങ്ങ നായി അവരുടെ സമീപമിരുന്നു. ചെറിയ കാറ്റുണ്ടായിരുന്നു. നേരിയ തണുപ്പും. ഉറക്കത്തിലേക്ക് വഴുതിവീഴാൻ തുടങ്ങിയപ്പോൾ ആരോ അവനെ ഉണർത്തി.

പ്രായമായ ഒരു സ്ത്രീയാണ് മുന്നിൽ നില്ക്കുന്നത്.

സെറ്റും മുണ്ടുമാണ് വേഷം.

കാവിൽനിന്നും ഇറങ്ങിവന്നതുപോലെ തലയിൽ മഞ്ചാടിയിലകൾ പറ്റിപ്പിടിച്ചിരിപ്പുണ്ട്. നേരിയ കരയുള്ള മുണ്ടിൽ കളഭപ്പൊടിയുടെ തരി കൾ. കാതുകൾ നീട്ടി വളർത്തിയതാണ്. നീണ്ട മൂക്കും ചുവന്ന കല്ലിന്റെ തിളങ്ങുന്ന മൂക്കുത്തിയും ഉണ്ടായിരുന്നു. ഇത്ര പ്രൗഢമായ ഒരു സ്ത്രീയെ അശോകൻ ഇതിനുമുമ്പ് കണ്ടിട്ടില്ലായിരുന്നു.

“ആരാ, മനസ്സിലായില്ല”.

“എന്നെയോ?” സ്ത്രീ ചിരിച്ചു. “എന്നെ അറിയാത്തവർ ഈ നാട്ടിൽ ആരെങ്കിലുമുണ്ടോ?”

“എന്താ പേര്?”

“പേരില്ല. ഞാനും നീയും തമ്മിലുള്ള ബന്ധം ഇന്നും ഇന്നലെയും തുടങ്ങിയതല്ല. എത്രയോ വർഷങ്ങളായി, എത്രയോ?”

അശോകൻ അന്തം വിട്ടിരുന്നു. അവന്റെ രോമങ്ങൾ എഴുന്നേറ്റു നിന്നു.

“നീ അമ്പലത്തിനാല് എന്നു കേട്ടിട്ടുണ്ടോ?”

“ഒണ്ട്. അവിടല്ലായോ ഇവിടുത്തെ ദേവി ആദ്യം ഇരുന്നേ?”

“അതെ,യതെ ഞാനിപ്പോ, അവിടെത്തന്നയാ. അത്താഴപൂജയ്ക്ക് വന്നിട്ടു തിരിച്ചുപോകും. അത്രമാത്രം”.

“അപ്പോ, സ്ഥിരമായിട്ട് അവിടെയാണോ?”

“ഇവിടെയിരിക്കാൻ ഒരു സുഖോമില്ല. ഒരു സമാധാനോം ഇല്ല. ഉത്സവം അടുത്തു വരുന്നോണ്ട് കേസും വഴക്കും അധികാരത്തിനുള്ള അടിപിടിയും. ഇതൊക്കെ നാടിന് ഒരു ഗുണവും ചെയ്യില്ല”.

“ആരെക്കുറിച്ചാ ഈ പറയുന്നെ”

“എന്റെ ഈ ക്ഷേത്രത്തേക്കുറിച്ച്. അധികാരത്തിനുവേണ്ടി കേസ് നടക്കുകയല്ലേ? നീയൊന്നും അറിഞ്ഞില്ലേ അശോകാ?”

ചോദ്യം കേട്ടതും നിലാവ് പടർന്നതുപോലെ ഒരു സുഖം അശോ കനു തോന്നി. തന്റെ പേര് ഈ മുത്തശ്ശിക്ക് നന്നായി അറിയാം. അതു നല്ല കാര്യമല്ലേ?

“അശോകാ, നിനക്കെന്തു വരമാണു വേണ്ടത്?”

“വരമോ” അശോകൻ എഴുന്നേറ്റുനിന്നു. “എന്തു ചോദിച്ചാലും തരുമോ?”

"തരാം" സ്ത്രീ അശോകന്റെ മുഖത്തുനോക്കി ചിരിച്ചു. "എന്നാൽ കഴിയുന്നതുമാത്രം ചോദിക്കുക".

"എനിക്ക് കോടതിയിൽ ഒരു കേസുണ്ട്. അതൊന്ന് ഒഴിവാക്കി തരുമോ?"

"എന്നേക്കാൾ വലുതാ കോടതി. എനിക്ക് ഇടപെടാൻ അവകാശമില്ല. എല്ലാരും കോടതിയെ അനുസരിക്കണം. ഞാനും. നിനക്ക് മറ്റെന്തു വരമാ വേണ്ടത്?"

സ്ത്രീയുടെ മൂക്ക് വിയർക്കുന്നത് അശോകൻ ശ്രദ്ധിച്ചു.

"വേഗം ചോദിക്ക്, ഉത്സവം അടുത്തു വരുവാ. തീരെ സമയമില്ല".

"എന്റെ വലത്തേ കാലിൽ നീരും വേദനയും. അതൊന്നു മാറ്റിത്തരണം".

"എത്ര നാളായി തൊടങ്ങീട്ട്?"

"മൂന്നാലു വർഷമായി. പല ചികിത്സകളും ചെയ്തു. ഫലിച്ചില്ല".

"അതിനും എനിക്ക് അധികാരമില്ല. അത് ഡോക്ടർമാരുടെ പണിയാ." വേണമെങ്കിൽ വേദന വലത്തേ കാലിൽനിന്നും ഇടത്തേ കാലിലേക്ക് മാറ്റാം"

"അതുമതി, എത്രനാൾ കഴിഞ്ഞാൽ വേദന മാറും?"

"നാലഞ്ചുമാസത്തെ താമസമുണ്ടാവും"

ഇത്രയും പറഞ്ഞിട്ടു സ്ത്രീ കാവിനുള്ളിൽ കയറി മറഞ്ഞു. കിരീടധാരണം കഴിഞ്ഞ രാജകുമാരനേപ്പോലെ അശോകൻ നിന്നെങ്കിലും നെഞ്ചിൽനിന്നും ഒരു കരച്ചിൽ തിളച്ചുതൂവി പുറത്തേക്ക് ഒഴുകിപ്പരന്നു. ദൂരെ, കെട്ടുകുതിരയുമായെത്തിയ മറ്റൊരു വാഹനം കനാൽ പാലത്തിൽ വീണ്ടും കുരുങ്ങിയതു കണ്ട അശോകൻ കരച്ചിൽ മതിയാക്കി ചിരിക്കാൻ ശ്രമിച്ചു.

9 789386 364753

Printed by Libri Plureos GmbH in Hamburg, Germany